மராம்பு

குறுநாவல்

நசீமா ரசாக்

யாவரும்
பப்ளிஷர்ஸ்

The views and opinions expressed in this book are the author's own. The facts contained herein were reported to be true as on the date of publication by the author to the publishers of the book, and the publishers are not in any way liable for their accuracy or veracity.

- மராம்பு • குறுநாவல் • நசீமா ரசாக் © • முதல் பதிப்பு : ஆகஸ்ட் 2022

- Marāmpu • Novelette • August © • First Edition : August 2022

- Pages: 102 • Price : ₹ 130/-

- ISBN: 978-81-955158-4-4

Released by :

M/s. Be4Books
An imprint of Yaavarum Publishers
24, Shop no - B, S.G.P Naidu Complex,
Dhandeeswaram Bus Stop
Opp: Bharathiar Park
Velachery Main Road
Velachery, Chennai - 600 042

90424 61472 / 98416 43380
editor@yaavarum.com
Url : www.yaavarum.com; www.be4books.com

Designed by :
Y Creations

All rights, including professional, amateur, motion pictures, recitation, public reading, broadcasting and the rights of translation into foreign languages are strictly reserved. No part of this book may be reproduced in whole or in part or utilized in any form or by any means electronic or mechanical, including photocopying, recording or by any information storage and retrieval system now known or hereafter invented, without the prior written permission of the author/publisher.

பறை பாடி
ஆறலை செய்யும்
எயினரின் வெற்றியீட்ட
மராம்பு சூடி
அவிப்பலி கேட்பாள்
கொற்றவை அவள்

— பாலைநிலப் பாடல்

நசீமா ரசாக்

விழுப்புரம் மாவட்டம் திருக்கோவிலூரில் பிறந்த இவர் கிரசன்ட் கல்லூரியில் MCA முடித்து IT நிறுவனத்தில் வேலை செய்தவர். திருமணம் முடித்து துபாய் சென்ற இவர் ஹூலிங் மற்றும் தியான வகுப்புகளை நடத்தி வருகிறார். 'என்னைத் தேடி' என்ற குறுநாவலை வெளியிட்ட இவர் துபாய் குறித்த சுவாரசிய கட்டுரைகளை Madras Paper தளத்தில் தொடராக எழுதி வருகிறார். பிள்ளைகளுக்கான பர்சனாலிட்டி வகுப்புகளை நடத்தி வரும் இவருக்கு சாரா மற்றும் ஜோயா என்ற இரண்டு மகள்கள் உள்ளனர்.

மின்னஞ்சல்: tamil.nase@gmail.com

எல்லா புகழும் வல்ல இறைவனுக்கே !!!

கனவுகளுடன் அமீரகம் வரும் பல பெண்களை பக்கத்தில் இருந்து பார்த்திருக்கிறேன். வீட்டு வேலை, ஓட்டுனர் வேலை, அழகு நிலைய வேலை என்று கிடைத்த வேலைகளைச் செய்து தனிமையே துணையாக தன் குடும்பத்திற்காக உழைத்துக் கொண்டிருக்கும் அனைத்து பெண்களுக்கும் இம்மராம்பு சமர்ப்பணம்.

– நசீமா ரசாக்

1

பத்தாவது படிக்கும் போது பள்ளிச் சுற்றுலாவில் முதன்முதலாகச் சென்னையைப் பார்த்தவள். வருடங்கள் கழித்து இன்று விடியற்காலை ஐந்து மணிக்கு மீனம்பாக்கம் பஸ் ஸ்டாப்பில் வந்து இறங்குகிறாள். ஒல்லியான தேகம், எண்ணெய் வைத்து பின்னிய சடை, ரோஜாப்பூ நிறத்தில் சுடிதார் அணிந்து இருந்தவள் கையில் சின்ன சூட்கேஸ்கூட பெரியதாகத் தெரிந்தது.

சிறிது தூரம் நடந்து வந்தவளை சென்னை விமான நிலையம் என்ற பெரிய எழுத்துக்கள் பொறித்த நீலநிறப் பலகை வரவேற்றது. வழிநெடுக சிலரிடம் கேட்டுக்கொண்டு, பன்னாட்டு செல்கை இரண்டு என்று அவள் போக வேண்டிய இடத்தை அடைந்தாள்.

அங்கிருந்த தள்ளுவண்டியில் மற்ற பயணிகள் பெட்டிகள் வைப்பது போல், தன் சின்னப்பெட்டியை மிக மெதுவாகத் தூக்கி தள்ளுவண்டியில் வைத்தாள். உள்ளே போகக் காத்துக் கொண்டிருந்த நீண்ட வரிசையில் கடைசியாக நின்றுக்கொண்டாள். அவள் கண்கள் மட்டும் நாற்புறமும் பார்த்துக் கொண்டிருந்தது. முகத்தில் வியர்வை மொட்டுக்கள் மலர்ந்து கொண்டிருந்து. நேரம் போகப்போக, எட்டி எட்டி யாரையோ தேடினாள்.

அலைபேசி அடித்தது, "ஹலோ யாரு?".

"வள்ளி, ஏஜெண்ட் பேசறேன் மா, எங்க இருக்க?" என்று விசாரித்து, அவளைக் கண்டு அருகில் வந்தான்.

“என்னங்க இவ்வளவு நேரம் ஆக்கிடீங்க, எங்க வரமாட்டீங்களோனு பயந்துட்டேன்”.

சிரித்துக்கொண்டு, “நீ அங்க போய் இறங்கினவுடன், எங்க ஆளுங்க வந்து கூட்டிட்டு போவாங்க, இந்த சிம்ம வச்சுக்கோ, இறங்கின உடனே மாத்திக்கோ” என்று ஒரு சிம் கார்டை கையில் கொடுத்தான்.

“ரேவதி நம்பரும் குடுங்க, அவகூட தான இருக்கப் போறேன்?”.

“ரேவதி துபாய்ல இல்ல சவுதியில் இருக்கா”.

எதிர்பார்க்காத இந்த பதிலால், முகம் மாறியதை ஏஜெண்ட் கவனித்தான். பக்கத்தில் நிற்கும் ஒரு பெண்ணிடம், “இந்தம்மா துபாய்க்கு புதுசா போறாங்க, ஏதாச்சும் உதவின்னா கொஞ்சம் பாத்துக்கங்க” என்று கூறி மறைந்து போனான். இதைக் கேட்டுக்கொண்டிருந்த பேண்ட் ஷார்ட் போட்ட பெண் வள்ளியிடம், “ஒன்னு பயப்படாத மா, கேட்டுக்கு போற வரை, என்னோட நீ வரலாம், நானும் துபாய்தான் போறேன்”.

வியர்வை எல்லாம் காய்ந்து கொஞ்சம் தெம்பு வந்தாலும், ரேவதி இல்லை என்று ஏஜெண்ட் சொன்னது அவளால் ஜீரணிக்கவே முடியவில்லை. தெரியாத நாட்டுல தெரிந்த ஒரு ஜீவன் இருக்கு என்கின்ற அவள் தைரியம் சூம்பிப் போனது.

செக்கிங் முடிந்து, அம்மாவிற்கும் பிள்ளைகளுக்கும் போன் செய்து பேசினாள். ரேவதி பற்றிய எந்தச் செய்தியையும், தன் அம்மாவிடம் சொல்லாமல் விழுங்கினாள்.

கூட இருந்த பெண்ணைத் தொடர்ந்து இமிக்ரேஷன் வரிசையில் நின்றுக்கொண்டாள். வளைந்து வளைந்து

சென்ற வரிசை நகருவதற்கான எந்த அசைவும் இல்லாமல் ஸ்தம்பித்து நின்றது.

ப்ளஸ் டூ முடித்து மேலே படிக்க வேண்டும் என்ற ஆசையை வேரோடு அறுக்க அத்தை பெண் கேட்டு வந்தது ஞாபகம் வந்தது. எந்த விதத்திலும் தனக்குப் பொருத்தமில்லாத குடிகாரனாக இருந்த முனியன் கணவனாக வந்தது யார்விட்ட சாபமோ என்று அழுத நாட்கள் உண்டு. அவன் இறந்த பின்பு, தன் குழந்தைகளின் எதிர்காலத்திற்கு அவள் பார்த்துப் பார்த்து முடிவுகளை எடுத்தாள். எண்ணங்களில் மூழ்கி இருந்தவளைக் கடுகடுத்த கால்வலி வரிசைக்கு கொண்டு வந்தது. இன்னும் இரண்டு நபர்கள் அவளுக்கு முன் நின்று இருந்தார்கள். சுற்றிலும் தன்னோடு வந்த பெண்ணைத் தேடினாள். கூட்டத்தில் அவள் தெரியவில்லை. இமிக்ரேஷன் அதிகாரி கையை அசைத்து வள்ளியை அழைத்தார்.

அவளிடம் இருந்து பாஸ்போர்ட் மற்றும் விசா தாளை வாங்கி முன்னும் பின்னும் சில பாகங்களை திருப்பி பார்த்து கொண்டு, "திரும்பி சென்னைக்கு தான வருவீங்க?" ஏஜெண்ட் சொல்லிக் கொடுத்தது போல், "ஆம்" என்று மட்டும் தலையை அசைத்தாள்.

"கேமராவாவை சரியா பாருங்க".

அசையாமல் அவள் நின்றாலும், கண்கள் மட்டும் ஏதோ படபடப்புடன் கேமராவைப் பார்த்தது.

"கண்ண சிமிட்டாம நில்லுங்க" என்று கரகரத்த குரலில் அதிகாரி சொல்ல, கண்களை முன்பைவிட அகல விரித்துப் பார்த்தாள். பாஸ்போர்ட்டில் ஸ்டாம்ப் அடித்துக் கொடுத்தார்.

கூட்டம் செல்லும் இடத்தை நோக்கி அவளும்

நடந்தாள். மீண்டும் ஒரு செக்-இன் இருந்தது. அங்கிருந்த ட்ரேயில், கையில் இருந்த ஹேண்ட் பேக்கையும் சின்ன கட்டைப் பையையும் வைத்தாள்.

அவள் பை செக்இன் ஆவதற்கு உள்ளே சென்று மறுபக்கம் வெளியே வந்ததைக் கண் கொட்டாமல் பார்த்துக்கொண்டு நின்றாள். சென்சாருக்குள் நுழைந்தவுடன் வீல்வீல் என்று கத்த ஆரம்பித்தது. செக்யூரிட்டி அதிகாரி வளையல், கை கடிகாரம் கழற்றி வைத்துவிட்டு மீண்டும் வருமாறு கூற, அப்படியே ஒரு ட்ரேயில் வைத்துவிட்டு மீண்டும் நுழைந்தாள். அதே சத்தம் வர அவள் இதயம் ஒருமுறை நின்று போனது. பின்னாடி இருந்த பெண் ஒருத்தி, "உங்க ஹேர் கிளிப் கழட்டி பாருங்க" என்றாள்.

அய்யனாரே இது என்ன கொடும, இப்படி ஏன் என்ன சோதிக்கற என்று கண்களை மூடி உள்ளே நுழைந்தவளை அமைதியாக சென்சார் அனுமதித்தது. கண்களில் நீர் முட்டிக்கொண்டு நிற்க, பொருட்களைத் தேடி எடுத்துக்கொண்டு, கேட்டை நோக்கி நடந்தாள்.

அங்கு போடப்பட்டிருந்த நாற்காலியில் அப்பாடா என்று உட்கார்ந்தாள். செக்கினில் ஆரம்பித்த பதற்றம் குறைந்தபாடில்லை. எதிர் இருக்கையில் பேண்ட் ஷார்ட் போட்ட முன்பு பார்த்த பெண் லேப்டாபில் மும்முரமாக ஏதோ செய்து கொண்டிருந்தாள். விமானத்திற்குள் பயணிகளை அனுப்ப விமான நிலைய ஊழியர்கள் தயாராகிக் கொண்டிருந்தார்கள்.

வள்ளி மீண்டும் மீண்டும் பாஸ்போர்ட்டைத் திறந்து போர்டிங் பாஸ் இருக்கிறதா என்று பார்த்துக் கொண்டாள். பர்ஸ்ட் க்ளாஸ் பயணிகளை கூப்பிடும் போது, துணைக்கு இருந்த அந்தப்பெண் வள்ளியிடம்,

"எக்கனாமி கிளாஸ்ன்னு கூப்பிடும்போது வரிசைல நின்னுக்கோங்க" என்று சொல்லிச் சென்றாள்.

வளைந்து நெளிந்த பெரிய மலைப்பாம்பு போல் இருந்த வரிசையில் வள்ளியும் நின்று கொண்டாள். பெற்றோர்களோடு இருந்த குழந்தைகளை பார்க்கும்போது பிள்ளைகளை நினைக்காமல் அவளால் இருக்க முடியவில்லை. குழந்தைகளை பிரிவது இதுதான் முதல் அனுபவம்.

பாஸ்போர்ட்டை மீண்டும் திறந்து பார்த்தாள். தன் பத்து வயது மகள் பட்டு ஞாபகம் வந்தது.

"உங்க போட்டோ ஏன் இப்படி இருக்கு?" கேலி செய்தபடி பட்டு சிரிக்க, ஓட்டைப் பற்கள் எட்டிப் பார்க்க மகன் ராஜாவும் சேர்ந்து சிரித்தான்.

அவர்களோடு சேர்ந்து சிரித்துக்கொண்டே, எங்கே என்ன எழுதி இருக்கும்டி என்று வள்ளி கேட்க, பெயர் வள்ளி, பிறந்த தேதி:8 நவம்பர் 1988 ஊர்: கொல்லூர் மாவட்டம்: விழுப்புரம் என்று பட்டு படித்து முடிக்கும்போது அவளை அணைத்துக்கொண்ட வெப்பம் சட்டென்று இப்பொழுது அவள் உடம்பில் பரவியது.

"நெக்ஸ்ட்" என்று குரல் வர, நினைவுகளில் இருந்து மீண்டு, வள்ளி உள்ளே சென்றாள்.

விமான நுழைவாயில் குட்டி ஸ்கிர்ட் போட்டு, பளிச்சென்று சிரித்துக் கொண்டிருந்த அந்த பெண் வள்ளியிடம் உட்கார வேண்டிய இடத்தை காட்டினாள்.

குழந்தைகளை தன் அம்மாவிடம் விட்டுச்செல்வதை மட்டுமே அவள் மனம் அசைபோட்டு கொண்டிருந்தது. கண்களில் வழிந்த கண்ணீர்

துடைக்கத் துடைக்க ஊற்றுபோல் வழிய ஆரம்பித்து இருந்தது.

கள்ளச்சாராயத்தின் தயவால் திடீரென நிகழ்ந்த அவள் கணவனின் மரணத்தினால் உலுக்கப்பட்டிருந்த ராஜா, அதன்பின் எப்பொழுது எங்கு விளையாடிக் கொண்டிருந்தாலும் அவ்வப்போது வந்து, தன் தாயை எட்டிப் பார்த்துவிட்டுச் செல்வதை வழக்கமாக்கியிருந்தான்.

இப்பொழுது ரோஜாப்பூ நிற துப்பட்டா கண்ணீராலும், மூக்கு சளியாலும் நினைந்து கொண்டிருந்தது.

பயணிகள் விமானத்தில் ஏறிக்கொண்டும், பெட்டிகளை மேலே வைத்துக் கொண்டு இருந்தார்கள்.

கண்களை மூடி குனிந்து இருந்தவளின் ஞாபகங்கள் அவளை புளியமரத்துக்கு பக்கத்தில் இருக்கும் அவள் குடிசைக்கு அழைத்துச் சென்றது.

"வச்சிருந்த நிலத்தையும் வித்து இரண்டு லட்சம் கட்டி வெளிநாட்டுக்கு போற, நீ போற இடத்துல பத்திரமா இருக்கணும்னு ஊரு எல்லைல இருக்க அய்யனார் கிட்டதான் வேண்டிக்கிட்டு இருக்கேன்" என்றாள் தாய்க்கிழவி.

"என் புள்ளைங்க வாழ்க்கை நல்லா இருக்கணும், அதுகள நல்ல ஸ்கூல்ல படிக்க வைக்கணும், நீ இருக்குற தைரியத்தில்தான் ஆத்தா போறேன். உடம்பையும் பாத்துக்கோ" என்று வள்ளி தன் அம்மாவை அணைத்துக் கொண்டாள்.

"துபாய் ரொம்ப தூரம் இருக்காமா" என்று கேட்டாள் பட்டு.

"இல்ல பாப்பா நாலு மணிநேரத்துல போற தூரந்தான்"

"ஏன்டி அம்மா, ரேவதி அந்த ஊர்லதானே இருக்கா"

"ஆமாம்மா.. அவ துபாய் போறப்ப கொடுத்த நம்பரை வச்சுதான், அதே ஆள்கிட்ட பணம் கட்டினேன்"

அவர்கள் கேட்கும் கேள்விகளுக்கு பதில் சொல்லிக்கொண்டு, தன்னைக் கட்டி அணைத்து உட்கார்ந்து கொண்டிருந்த ராஜாவின் தலையைக் கோதிவிட்டுக் கொண்டிருந்தாள்.

"அம்மா நீ போயிட்டு எப்ப வருவ?" என்று கண்கள் சுருங்கி, ஏக்கமான குரலில், கண்ணீர் மல்க ராஜா கேட்டான்.

"அம்மா தினைக்கும் போன் செய்வேன், என் குட்டி ராஜாவுக்கு என்ன வேணுமோ வாங்கி அனுப்புவேன்" என்று ஏதேதோ பேசிக்கொண்டே போன காட்சிகள் வந்து போனது.

எக்ஸ்யூஸ் மீ மேம் என்று யாரையோ அழைக்கிறார்கள் என்று நினைத்து குனிந்து கொண்டிருந்த வள்ளியின் தோளை யாரோ தொட்டார்கள்.

"சீட் பெல்ட் போடுங்க" என்று விமானப் பணிப்பெண் சொல்ல, ஒன்றும் புரியாதவளாக முழித்தாள். விமானப் பணிப்பெண் குனிந்து அவள் சீட் பெல்ட்டை போட்டுவிட்டாள்.

பயணிகள் அனைவரும் அவர்கள் இடத்தில் அமர்ந்து இருந்தார்கள். வள்ளியின் பக்கத்து

இருக்கைக்கு கடைசிவரை யாரும் வரவில்லை. விமானம் பறக்க ஆரம்பித்தவுடன் கண்களை மூடி, ஒரு கையால் நெஞ்சைப் பிடித்துக்கொண்டாள். செங்குத்தாக பறந்த விமானம் சரி நிலையில் பறக்க ஆரம்பித்து இருந்தது. தொண்டையில் அடைத்துக்கொண்ட பயம் கொஞ்சம் கொஞ்சமாக அவளை விட்டு அகன்றது.

விமானப் பணிப்பெண் பயணிகளுக்கு ஒரு படிவத்தைக் கொடுத்துக்கொண்டு வந்தாள். கையில் வாங்கிய வள்ளிக்கு அது அரசாங்க படிவம், அதை பூர்த்தி செய்ய வேண்டும் என்று தெரிந்தது. இரண்டு இருக்கை தள்ளி உட்கார்ந்து இருந்த வாலிபன் ஆங்கிலம் தெரியாமல் அவன் பக்கத்தில் இருந்த ஒருவரிடம் உதவி கேட்டுக்கொண்டிருந்தான்.

பிளஸ் டூ படித்து, டைப்ரைட்டிங் கிளாஸ் முடித்திருந்த வள்ளி இங்கிலீஷில் நன்றாகப் படிப்பாள். இதெல்லாம்தான் வேலை கிடைக்க உதவிச்சின்னு அந்த ஏஜெண்ட் சொல்லியிருந்தார். "போனவுடன் வேலைக்கு போயிடணும்" என்று மனசு ஒரு பக்கம் சொல்லிக் கொண்டிருக்க, முத்து முத்தாக ஆங்கிலத்தில் எழுத ஆரம்பித்தாள்.

முன்சீட்டில் இருந்து ஐம்பது வயது மதிக்கத்தக்க ஒரு பெண் எழுந்து அங்கிருந்த கழிப்பறைக்குள் மெதுவாகச் செல்வதைப் பார்த்தாள். இந்தம்மா புடவை எவ்வளோ நல்லா இருக்கு. பயணத்திற்கு முன், அவள் அம்மாவிற்கு சேலை வாங்கப் போனதை நினைத்துக்கொண்டாள்.

இவள் மலிவான விலைக்கு கேட்ட புடவையை எடுத்து காட்ட கடைக்காரர் சளித்துக்கொண்டு, கம்பியில் தொங்கிக் கொண்டிருக்கும் புடவையை

வாங்கிக்கொள்ளுமாறு சொன்னார். வேலை கிடைத்து கை நிறைய சம்பாதித்து, அம்மாவுக்கு இந்தம்மா கட்டி இருக்கிற மாதிரி புடவை வாங்கணும் என்று எண்ணிக் கொண்டாள்.

விமானத்தின் விளக்குகள் அணைக்கப்பட்டது. சிறிது நேரத்திற்கு முன் இருந்த சலசலப்பு குறைய ஆரம்பித்தது. வெகு தூரத்தில் கைக்குழந்தையின் அழுகை மட்டும் சன்னமாகக் கேட்டுக்கொண்டிருந்தது.

திருக்கோவிலூரில் இருக்கும் காலம் சென்ற தன் அப்பாவின் நெருங்கிய நண்பரான ரகோத் சித்தப்பாவிடம் அம்மாவையும் குழந்தைகளையும் நேரம் கிடைக்கும் போது எட்டிப்பார்க்கச் சொல்லணும். வேலை எப்படி இருக்குமோ? எப்படி இருந்தாலும் செய்யத்தான் வேண்டும். பக்கத்து வீட்டு கணேஷ் மாமா கண்டிப்பா அம்மாவுக்கு ஒத்தாசையா இருப்பாரு. பட்டு பெரியவ ஆகுறதுக்கு முன்னாடி பணம் சேர்த்துக்கிட்டு ஊர் வந்து சேரணும். யார்கிட்டேயும் கையேந்தாம, கடன்படாம வாழணும் என்று இப்படியும் அப்படியும் எண்ணங்கள் தடால் தடால் என்று அவளை யோசிக்கவைத்துக் கொண்டிருந்தது.

தொடர் எண்ணங்கள் கொடுத்த அசதியிலும், பயணத்தின் களைப்பிலும் உறங்கிப் போனாள். அவள் மனதைப் போலவே விமானமும் நிசப்தமாகப் பறந்து கொண்டிருந்தது. இப்படியே சென்றது சிலமணி நேரங்கள். சட்டென்று கனவில் ராஜா அவளை அம்மா, அம்மா என்று அழைத்து அழுது கொண்டிருந்தான். ராஜா என்று முணுமுணுத்து கண் திறந்தாள். ஹேண்ட் பேக்கில் இருந்த பட்டு, ராஜா புகைப்படத்தைத் தொட்டுத் தொட்டுப் பார்த்து, கண்களைத் துடைத்துக் கொண்டாள்.

கழிவறை அவசரம் அழைக்க சீட்டில் இருந்து வள்ளி எழுந்தாள். விமானம் தரை இறங்குவதால் இப்பொழுது போக இயலாது என்று கூறி சீட்டிலேயே அமரச் சொன்னாள் விமானப் பணிப்பெண். சீட் பெல்ட்டை போட்டுக்கொண்டு மீண்டும் கண்களை மூடிக்கொண்டாள். காதுகள் இரண்டும் அடைத்துக் கொண்டது. திடீரென்று காதுக்குள் இருந்து தாங்க முடியாத வலி. பத்து நிமிடங்கள் சென்றிருக்கும், விமானத்தை யாரோ கயிறு கட்டி இழுத்துக்கொண்டு போவது போல், தடதடவென சத்தம் வந்தது. வள்ளி கண்களைத் திறந்தாள். அவள் கனவு தேசம், தெரு விளக்குகளால் மின்னிக் கொண்டிருந்தது. பக்கத்தில் இருந்த பயணி அவள் பெட்டியை மேல் தட்டில் இருந்து எடுத்துத்தர உதவினார். காதில் இருந்து டப் என்று சத்தம் வர காது வலி குறைய ஆரம்பித்தது.

2

விமானத்தில் இருந்து இறங்கியவுடன் கீழே சில விமான ஊழியர்கள் நின்று இருந்தார்கள். பயணிகளை அங்கிருந்த பேருந்தில் ஏறுமாறு சொல்ல, வள்ளியும் ஏறிக்கொண்டாள். காலியாக இருந்த இருக்கையில் உட்காராமல் கம்பியைப் பிடித்து ஓரமாக நின்றுகொண்டாள். "பயணச் சீட்டு எடுக்க சொல்லுவாங்களோ? எவ்வளவு இருக்கும்?" என்று நினைத்தவாறு அக்கம் பக்கம் பயணிகளைப் பார்த்தாள்.

பேருந்து ஓர் இடத்தில் நின்றது. அனைவரையும் போல அவளும் கீழே இறங்கி அந்தப் பயணிகளைப் பின்தொடர்ந்தாள். அப்பொழுதுதான் துபாய் விமான நிலையம் வந்தது அவளுக்குத் தெரிந்தது. முன்னே இருந்த பயணிகள் எஸ்கலேட்டரில் ஏற அவளும் தயங்கித் தயங்கி ஏறினாள்.

சென்னை விமான நிலையத்தில் இருந்தது போல நீண்ட வரிசை இமிக்ரேஷனுக்குக் காத்துக் கொண்டிருந்தது. பயணிகளுக்கு வழிகாட்ட நின்று கொண்டிருந்த பிலிப்பைன்ஸ் நாட்டைச் சேர்ந்த ஒருவர் அவளை ஒரு வரிசையில் அழைத்துச் சென்று நிற்க வைத்தார்.

அவள் கண்கள் சுற்றிச்சுற்றி அப்பழுக்கற்ற அந்த இடத்தையே பார்த்துக் கொண்டிருந்தது. சின்னச் சின்னப் பெட்டிகளுக்குள் உட்கார்ந்து இருந்த வெள்ளை அங்கி அணிந்த ஆண்கள் தேவ தூதுவர்கள் போலவும், கருப்பு புர்கா அணிந்த பெண்கள்

மெழுகு பொம்மைகள் போலவும் தெரிந்தார்கள். "அரசு அதிகாரிகள் போல" என்று நினைத்துக் கொண்டாள். வரிசையில் நின்று கொண்டு இருந்தவளின் நேரம் வர, இமிக்ரேஷன் முடிந்தது.

மீண்டும் கழிவறையைத் தேடிச்சென்றாள். பளிங்கு போல் மின்னிக் கொண்டிருந்த கழிவறைக் கண்ணாடியில் சிலர் தலைசீவிக் கொண்டும், அலங்கரித்துக் கொண்டும் இருக்க, அவளும் கைகளால் கழிந்த முடிகளைச் சரிசெய்தாள்.

பெட்டிகள் வரும் இடத்தில் பல வண்ணப்பெட்டிகள் அதன் பெல்ட்டில் சுற்றிக்கொண்டு இருந்தது. அதிக நேரம் நிற்காமல் தன் பெட்டியை எடுத்துக்கொண்டு வெளியே வந்தாள்.

வானத்தில் மின்னும் அத்தனை நட்சத்திரங்களும் மஞ்சள் நிறம் பூசிக்கொண்டு கம்பங்களின் தலையில் கூடுகட்டி இருப்பது போல் தெருவிளக்குகள் இருந்தது. இவள் கனவுகளுக்கு இந்த நகரம் மேலும் பிரகாசத்தை கூட்டியது போன்ற உணர்வை அந்த வெப்பமான காற்றில் உணர்ந்தாள்.

சுற்றும் முற்றும் தேடிய அவள் கண்களுக்கு ஏழு அடி உயரமான மிக திடகாத்தமான ஒருவரின் கையில் வள்ளி என்ற பெயர் பலகை தெரிந்தது. அவர் அருகில் சென்றவளைப் பார்த்து "வள்ளி?" என்று கேட்டார். அவள் தலை அசைக்க, வண்டியில் பெட்டியை எடுத்துவைத்து விட்டு, உள்ளே ஏறிக்கொள் என்று சைகை காட்டினார். கார் ஒரு சுரங்கப்பாதை வழியாகச் சென்றது. மிக அகலமான சாலைகள், சீராக போகும் வண்டிகள், வானளாவிய கட்டிடங்கள் என்று பார்த்த அனைத்தும் வாயைப் பிளக்க வைத்தது. கண் சிமிட்டாமல் ஊரை தன் கண்களுக்குள் ஓவியமாக நிரப்பிக் கொண்டாள்.

"பாலைவனம்னு சொன்னாங்க ஆனா இவ்வளவு அழகா இருக்கு" என்று ரசித்துக்கொண்டே வந்தவளின் அயர்ந்த கண்களுக்கு வழிநெடுக இருந்த வண்ண மலர்கள் குளிர்ச்சியாக இருந்தது.

நிறைய குடியிருப்புகள் இருந்த அந்தத் தெருவில் வண்டி நின்றது. உள்ளுக்குள் சொல்ல முடியாத சந்தோசம், துபாய்ல இவ்வளவு பெரிய வீட்ல இருக்கப் போகிறோம் என்று நினைக்கும் போதே தாங்கவில்லை.

வந்தவர் தமிழில் பேசாமல் உடைந்த ஆங்கிலத்தில் பேசினார்.

"யூ ரெஸ்ட், டுமாரோ ஜாப்" என்று சொல்லி ஒரு பெரிய கட்டிடத்தின் இரண்டாவது மாடியில் 205 என்ற வீட்டைக் காட்டி "கோ" என்றார்.

"ஒரு தமிழாள அனுப்பியிருந்தால் நல்லா இருந்திருக்கும், இவர் பேசுற இங்கிலீஷ் சுமாரா புரியுது" என்று நினைத்துக்கொண்டு காலிங்பெல்லை அழுத்தினாள்.

ஒரு பெண் கதவைத் திறந்து, "கோன்?" யார் என்பது போல் ஹிந்தியில் கேட்டாள்.

வள்ளிக்கு எதுவும் புரியவில்லை, வள்ளி என்று பெயரைச் சொன்னதும், "ஓ மலையாளியானோ" என்று கேட்டாள்.

"இல்லை, தமிழ்"

"உள்ள வா.. என் பெயர் ஜானு, எனிக்கு கொஞ்சம் தமிழ் தெரியும்" என்று வெட்டி ஒட்டி பேசிய தமிழைக் கேட்டு நிம்மதிப் பெருமூச்சு விட்டாள்.

இன்னும் மூன்று பெண்கள் அவள் நுழைந்தவுடன்

ஹாய் மை பூஜா, ஐ அம் மித்ரா, மை ஆஷியா என்று அறிமுகம் செய்துகொண்டார்கள். இவள் வள்ளி என்று தன் பெயரைச் சொன்னாள். சின்ன புன்முறுவலுடன் அறிமுகம் நடந்து முடிந்தது.

அவள் காட்டிய அறையில் எப்படியும் 5 கட்டில்கள் இருந்தன. இவ்வளவு பெரிய கட்டிடத்தில், இவளுக்கான இடம் ஒரு கட்டில் மட்டுமே. மனது முழுக்க குழந்தைகளின் நினைவும், மறுநாள் வேலைக்குச் செல்லப்போகும் ஆர்வமும் அதிகமாக இருந்தது. பயணத்தின் அசதி அவள் மனதையும் மீறி உடம்பை அழுத்த, உறங்கிப் போனாள். மறுநாள் சீக்கிரம் எழுந்து குளித்துவிட்டு கட்டிலில் உட்கார்ந்து கொண்டிருந்தாள்.

ஜானு இவளைப் பார்த்து, “வேலை எவட?” என்று கேட்க, வள்ளி புரியாமல் முழித்தாள். “வேலை எங்கன்னு கேட்டேன்..”

“தெரியல.. இப்ப போன் வரும், போனாதான் தெரியும்”.

“சரி நான் கெளம்பணும், கொஞ்ச காலம் பார்ப்போம், இந்தா வீட்டுச்சாவி வச்சிக்கோ” என்றபடி ஒரு சாவியைக் கையில் கொடுத்துவிட்டு கிளம்பிச் சென்றாள். அவளை தொடர்ந்து மற்ற பெண்களும் ‘பை.. பை.. வள்ளி’ என்று சொல்லிச் சென்றார்கள்.

காலை மதியமானது, மதியம் மாலை உடுப்பை மிடுக்காக உடுத்திக் கொண்டிருந்தது. காலைல இருந்து சாப்பிடாம, அந்தப் போனுக்காக காத்துக்கொண்டு இருந்தாள். “இப்ப எங்க போகணும்? அந்த வேல எங்கனு போய் தேடுவேன்? ஏன் இந்த ஆளு போன் பண்ணல? டுமாரோ ஜாப்னு

சொன்னானே? மோசம் போய்ட்டேனா? ரேவதி இங்க இல்லனு சொல்றப்பவே நான் சுதாரிச்சி இருக்கணும். ஆத்தாவும், புள்ளங்களும் போனுக்காக காத்திட்டு இருக்கும்" என்று பல கேள்விகள் அவள் மனதுக்குள் துளைகளை போட்டுக்கொண்டிருந்தது. பெரிய வெடி ஒன்று இதயத்தோடு யாரோ கட்டிவிட்டது போல பெரும் பதற்றம்...

இருட்டிக்கொண்டு வர, தெரு முழுக்க விழாக்காலம் போல தெருவிளக்குகள் அலங்கரித்துக் கொண்டிருந்தது. வேலைக்குச் சென்றவர்கள் அனைவரும் கூட்டுக்கு திரும்பும் பறவைகள் போல வந்துக்கொண்டிருந்தார்கள். யாருக்கும் தமிழ் தெரியாது போல, அவளைப் பார்த்து சிறியதாக ஒரு சிரிப்பைச் சிந்தினார்கள். மலையாளி? என்று கேட்க, இவள் இல்லை என்று தலையை மட்டும் அசைத்தாள். அவர்கள் அனைவரின் முகத்திலும் மலை போன்ற அசதி அவர்கள் போட்டுக்கொண்டு இருந்த அழகான உதட்டுச் சாயத்தைத் தாண்டி தெரிந்து கொண்டிருந்தது.

காலிங்பெல் அடிக்க, வள்ளியின் கண்களும் மனதும் கதவைத் திறக்கப்போன பெண்ணிற்கு முன் சென்றது. ஜானுவைப் பார்த்தவுடன் அவள் கண்களில் நிரம்பியிருந்த கண்ணீர் துளிகள் சலசலவென்று கொட்டியது. சத்தம் எதுவும் இல்லாமல் அந்தக் கொடுமையான நிமிடங்களைக் கடக்க முயற்சித்துத் தோற்றுப்போனாள்.

கதவு திறக்க வந்தவளிடம் ஹிந்தியில் ஏதோ பேசிவிட்டு, வள்ளியின் கட்டில் அருகில் வந்தவளுக்கு, வள்ளியின் ஈரமான கண்கள் பெரும் அபாயத்தின் சின்னமாக தெரிந்தது.

"வள்ளி ஜோலிக்கு போயோ?" என்று கேட்டுவிட்டு, சட்டென்று தமிழில் நிதானமாகக் கேட்டாள். வேலைக்கு போனாயா? எல்லா சரியா? என்று கேட்டு முடிப்பதற்குள் அவள் உள்ளே இருந்த வலி அழுகையாக முட்டிக்கொண்டு வந்தது.

அறையில் இருந்த மற்ற பெண்களும் வள்ளியைச் சுற்றி நின்றுகொண்டார்கள். என்ன சொல்வது என்று தெரியாமல் ஜானு பேசுவதற்கு காத்துக் கொண்டிருந்தார்கள்.

என்ன பர?

"ஜானு அந்தாளு போன் பண்ணல, காலைல இருந்து நானும் இதே இடத்துல போன பார்த்து காத்துட்டு இருக்கேன்".

"அய்யோ என்ன சொல்ற?? இந்தியா ஏஜெண்ட்க்கு விளிச்சு கேட்டியோ?"

"என்கிட்ட போன் பண்ண பணம் இல்ல" என்று அவள் சொல்லும்போது, வாழ்க்கை பெரும் வசதியான ஊருக்கு அழைத்து வந்து வெறும் சுவாசத்தை மட்டும் விட்டு வைத்திருப்பது போல மனம் கனத்தது.

"இப்ப ரொம்ப நேரமாச்சு, நாளைக்கு பேசலாம்.. முதல்ல நீ சாப்பிடு" என்று ஜானு வள்ளியை அழைத்துக்கொண்டு இரவு உணவு செய்யச் சென்றாள்.

சிறிது வெங்காயமும் தக்காளியையும், வெட்டிக்கொண்டே, "வள்ளி நாட்ல யாரு இருக்கா?"

"அம்மா, என் பொண்ணு பட்டும், பையன் ராஜா இருக்காங்க. பசங்கள நல்லா படிக்க வைக்கத்தான்

இவ்வளவு தொலைவு வந்தேன், ஆனா இப்படி ஆகும்னு" என்று சொல்லியபடியே மீண்டும் அழுதாள்.

ஐயோ, கரையாண்டே.. எல்லாம் செரியாகும்.. என்று சொல்லிவிட்டு வாணலியில் கொஞ்சம் எண்ணெயை விட்டு வெட்டின வெங்காயத்தையும், தக்காளியையும் வதக்கி, மஞ்சப்பொடி, உப்பு சேர்த்து ரெண்டு முட்டைகளைப் போட்டு கிண்டினாள்.

சின்ன பிளாஸ்டிக் கவரில், காய்ந்து இருந்த சப்பாத்தியை எடுத்து, "வள்ளி இது பேரு குப்புஸ், இந்த முட்டையை வச்சி சாப்பிடு" என்று கொடுத்தாள். சாப்பிட்டு முடித்தபின் வள்ளியிடம் ஒரு சின்ன அட்டையைக் கொடுத்து, "இந்த காலிங் கார்ட் வச்சிக்கோ, நாளை ராவிலே குட்டிகள கூப்பிடு, பின்ன இந்த 100 திர்ஹாம் கைல வை".

வள்ளிக்கு என்ன சொல்வதென்று புரியவில்லை, ஜானு கையைப் பிடித்து, கண்களில் ஒற்றிக்கொண்டாள். அய்யனார்தான் ஜானு ரூபத்தில் இருப்பதாகவே உணர்ந்தாள்.

விடியும்வரை காத்துக்கொண்டு இருந்த வள்ளியின் நினைவுகள் முழுக்க குழந்தைகளையும், அம்மாவையும் பற்றி அசை போட்டுக்கொண்டிருந்தது.

3

காலை ஐந்தரை மணிக்கு அனைவரும் எழுந்து குளித்து தயாராகிக்கொண்டு இருந்தார்கள். ஜானு மட்டும் வேலைக்குப் போகாமல், அடுப்பங்கரைக்குச் சென்று, பால் பவுடரில் டீ போட்டுக் கொண்டிருந்தாள். ஆஷியா, ஒரு டீ கோப்பையில் சூடான டீயை விழுங்கிவிட்டு, ஒரு பையை மாட்டிக்கொண்டு, “வரேன் ஜானு” என்று உருதுவில் சொல்லிவிட்டுக் கிளம்பினாள்.

அவளைப் பார்க்கும்போது வள்ளிக்கு அவ்வளவு ஆசையாக இருந்தது. ‘எவ்வளவு கொடுத்து வச்சவங்க இவங்க எல்லாம்... காலைல கிளம்பி வேலைக்கு போய் கை நிறைய சம்பாரிக்கறாங்க’ என்று ஏக்கத்தோடு பார்த்துக்கொண்டிருந்தாள். சூடான டீயுடன் அவள் அருகில் வந்து உட்கார்ந்தாள் ஜானு. இப்பொழுது அறையில் இவர்கள் இருவரைத் தவிர எல்லோரும் கிளம்பியிருந்தார்கள்.

“வள்ளி, இந்த டீயக் குடி, பின்ன குட்டிகளுக்கு கால் பண்ணு, நான் எப்படி செய்யணும்னு சொல்றேன்”.

இரவெல்லாம் தூங்காமல் இருந்தவளுக்கு சூடான டீ இதமாக இருந்தது.

இந்த கார்ட் வச்சி நிறைய நேரம் இந்தியாவுக்கு பேசலாம். ஆனால் நம்ம மொபைல்ல பண்ணா ரொம்ப காசு ஆகும் என்று வழிமுறைகளைச் சொல்லிட்டு, வள்ளியின் அம்மாவின் தொலைபேசி எண்ணைப் போட்டாள். “ஏய் வள்ளி இந்தா”, என்று

கொடுக்க, நடுக்கத்தோடு "அம்மா" என்று அழைத்தாள்.

"வள்ளி, தாயீ எப்படி இருக்க? உன் போனு வரும்னு புள்ளைங்க உஸ்கூலுக்கும் போல... ரேவதியை பார்த்தியா? வேலைக்கு எப்ப போகணும்னு?" அம்மாவிடம் இருந்து அடுத்தடுத்து வந்த அத்தனைக் கேள்விகளுக்கும் பொய்யான உற்சாகத்துடன் பதில் சொல்லிக்கொண்டிருந்தாள்.

"சரிடி மா இரு.. உன் புள்ளைங்களாண்ட குடுக்கறேன்"

"அம்மா எப்படி இருக்கீங்க??" பட்டுவின் குரல் கேட்டவுடன், வள்ளிக்கு மனதின் ஆழத்தில் மறைத்து வைத்திருந்த வலி, குரலில் ஏதோ செய்ய அந்த நொடியில் ஜானு, வள்ளியின் கைகளைப் பிடித்தாள்.

குரலில் தெளிவை வரவழைத்து, "நான் நல்ல இருக்கேன் கண்ணம்மா, நீ எப்படி இருக்க? ராஜாவ பத்திரமா பாத்துக்கோ. பொழுது சாய்ந்து வெளில போகாதீங்க" என்றாள்.

"சரி மா, துபாய் எப்படி இருக்கு?" அவள் முடிப்பதற்குள், ராஜா போன் வாங்கி, "அம்மா, அம்மா எப்படி இருக்க?" என்றான்.

"நான் நல்லா இருக்கேன்.. நீ பத்திரமா இரு, ஒழுங்கா ஹோம் ஒர்க் பண்ணனும் கண்ணு, அம்மா அடிக்கடி போன் பண்றேன்... ஆயா கிட்ட கொடு"

"சொல்லுடியம்மா, நீ பார்த்து இரு".

"சரிமா, அப்பப்ப போன் போடறேன், இப்ப வைக்கறேன் மா" என்று அலைபேசியைத் துண்டித்தாள்.

நசீமா ரசாக் • 23

கண்களை மூட, காத்துக் கொண்டிருந்த கண்ணீர் கொட்டிக் கொண்டிருந்தது.

"வள்ளி, இப்ப கரையண்டா... கஷ்டம்தான், ஆனா சரியாகிடும்னு நம்பு. அந்த ஏஜெண்ட்டுக்கு போன போடு" என்றாள் ஜானு.

ஜானு சொல்லிக் கொடுத்தது போல் முதலில் *800505* என்று டயல் செய்து, கார்டு எண்ணை அழுத்தி, பின்பு அலைபேசி எண்களை அழுத்தினாள். "தொடர்பு எல்லைக்கு அப்பால் உள்ளது" என்று வர, மீண்டும் மீண்டும் முயற்சி செய்தாள்... கண்ணீருக்கு கண்களை தாரை வார்த்துக் கொடுத்துவிட்டது போல் கண்கள் ஈரத்தை தேக்கி வைத்துக்கொண்டது...

"வள்ளி, என்ன வருது?" என்று ஜானு கேட்க, "நாட் ரீச்சபள்ல இருக்கு" என்றாள்.

மலையாளத்தில் ஏதோ கெட்ட வார்த்தையில் ஜானு அந்த ஏஜெண்டை திட்டினாள் என்பது மட்டும் வள்ளிக்கு தெரிந்தது.

"வள்ளி, உன் விசா காமி" என்று கேட்க, பாஸ்போர்ட்டையும் விசா தாளையும் கொடுத்தாள்.

"இந்தக் கள்ளன எங்க இருந்து பிடிச்ச?? யாரு சொல்லி இவளோ பைசா கொடுத்த?" என்று கொஞ்சம் கோபமானாள்.

"ஒரு வருஷத்துக்கு முன்னாடி என் பிரெண்ட் ரேவதி இந்த ஆள் கிட்டதான் பைசா கொடுத்து துபாய்க்கு வந்தா. அந்த நம்பர் வச்சுதான் நானும்" என்று இழுத்தாள்.

"இப்ப ரேவதி எவ்வட??"

“எனக்கு ஏர்போர்ட் வந்துதான் அவ துபாய்ல இல்லனு அந்த ஆளு சொன்னான்.”

“ஐயோ வள்ளி, ஒரு தடவ ரேவதிக்காவது போன் போட்டு இருந்தா, இவன் ஒரு அய்யோக்கியன்னு தெரிஞ்சி இருக்குமே.”

“என்ன சொல்ற ஜானு? மோசம் போய்டேனா??”

“இப்படி நிறைய பேர் இங்க வந்து மாட்டிக்கிட்டாங்க. அவன் வேல வாங்கிக் கொடுக்கல, உன்ன டுரிஸ்ட் விசால அனுப்பி இருக்கான்.”

“அப்படினா??

“மூனு மாசம் வர இங்க இருக்கலாம் அப்பறம் நாட்டுக்கு போணும்.”

தலைசுற்றி தரையில் விழுந்தவளை ஜானு தண்ணீரைத் தெளித்து எழுப்ப, கண்விழித்தாள்.

“ஜானு எனக்கு யாரையும் தெரியாது, நீ மட்டும்தான் இங்க எனக்கு தொணை.. என்ன பண்றது, ஒன்னும் புரியல, என்னால திருப்பி ஊருக்கு போகமுடியாது. என் குழந்தைகளுக்காக ஏதாவது செய்யணும்” என்று ஜானுவின் கைகளைப் பிடித்து கெஞ்சினாள்.

“வள்ளி, நான் வீட்டு வேலதான் பாக்கறேன். இப்ப உனக்கு ஒரு வேல கிடச்சாதான் விசா கிடைக்கும். வீட்டு வேலைக்கு யாரும் விசா கொடுக்க மாட்டாங்க. நானும் யோசிக்கறேன் மூணு மாசத்துல வேல கிடைக்கணும் உனக்கு. ரூம் காசாவது கொடுத்து இருக்கானானு பாக்கறேன்” சொல்லிவிட்டு யாரையோ அழைத்தாள்.

“அலோ, வள்ளி பேர்ல எத்தன மாசத்துக்கு காசு கட்டி இருக்கு?”

"அதே. அதே".. என்று அலைபேசியை துண்டித்து பெருமூச்சு விட்டாள்.

"மூனு மாசத்துக்கு வாடகை கொடுத்து இருக்கான், இப்ப வீட்டு டென்ஷன் வேண்டா... பின்ன" என்று யோசித்தவள் "சரி நம்ம என்ன பண்ணலாம்னு பொறுமையாயுட்டு உத்தேசிக்கலாம்".

வள்ளி குழம்பித்தான் போயிருந்தாள். சாப்பாட்டுக்கு என்ன செய்வது? ஜானுவை இன்னும் எவ்வளவு தொந்தரவு செய்வது? வேற யாரும் தெரியாத ஊர்ல என்ன செய்யப் போறேன் என்று ஒடிந்து போனாள்.

ஜானுவும் அன்று வேலைக்குப் போகாமல் ரூமில் இருந்தாள். ஒரு பை நிறைய சாமான்களை நிரப்பிக்கொண்டு இருந்தவள், "வள்ளி, இன்னைக்கு எங்க ஊர் ஆளு நாட்டுக்கு போறார், நான் இந்த பொருட்கள பிள்ளைகளுக்கு அனுப்பறேன், நீயும் கூட வா" என்றாள்.

தன் பிள்ளைகளின் போட்டோக்களை பார்த்துக் கொண்டு இருந்தவளின் மனம் இவர்களுக்காவது மீண்டு வரணும் என்று முணுமுணுத்தது. ஜானுவின் குரல் கேட்டு, சரி என்று தலையசைத்தாள்.

அந்த அடுக்குமாடி குடியிருப்பின் வாசலுக்கு எதிரில் குகை போன்று தெரிந்த ஒன்றில், கூட்டை நோக்கி சாரை சாரையாகப் போகும் எறும்புகளைப் போல் மனிதர்கள் உள்ளே போவதும், வெளியே வருவதுமாய் இருந்தார்கள். அவர்களோடு இவர்களும் கலந்து பயணச்சீட்டு வாங்கும் இடத்தை அடைந்து, இரு பயணச்சீட்டுகளைப் பெற்றுகொண்டு, பர் துபாய் என்று அம்புக்குறி இடப்பட்டிருந்த இடத்தின் அருகிலிருந்த தானியங்கிப் படிக்கட்டுகளில்

ஏறினார்கள். வள்ளிக்கு மிகவும் வியப்பாக இருந்தது. இரயில் வந்து நிற்கும் இடத்திலும் மக்கள் நேர்த்தியாக வரிசையில் ஒருபுறமாய் நின்று, மறுபுறத்தில் இரயிலிலிருந்து வெளியே வருபவர்களுக்கு இடம்விட்டு ஏறிக்கொண்டிருந்தனர். மேலே தொங்கிக் கொண்டிருந்த கடிகாரம் அடுத்த இரயிலுக்கான காத்திருப்பு நேரத்தைக் காட்டிக் கொண்டிருந்தது. ஒருமுறை திருக்கோவிலூர் ரயில் நிலையத்தில் இருந்து விழுப்புரம் சென்ற அனுபவம் புகை போல் மனதில் வர, நீலநிற ரயில் பவ்யமாக வந்து நின்றது.

பெண்கள் கம்பார்ட்மெண்ட்டில் ஏறிய வள்ளியின் கண்களுக்கு வேற்றுலகத்திற்கு வந்தது போல் இருந்தது. உலகத்தில் உள்ள எல்லா நாட்டு மக்களும் அங்கு இருந்தார்கள். புடவை, சுடிதார், நைட்டி என்று பார்த்து பழகிய கண்களுக்கு இவள் பார்த்த பெண்கள் எல்லோரும் விதவிதமான பொம்மைகள் போல் தெரிந்தார்கள். ஜானுவும் கிளம்பும் முன் உதட்டுக்குச் சாயம் போட்டு, நேர்த்தியான உடை அணிந்து கிளம்பியது இவளுக்குச் சிறிது வித்தியாசமாகத் தெரிந்ததின் அர்த்தம் புரிந்தது.

பர் துபாய் என்று ரயில் நிற்கும் இடத்தின் பெயர் ஒலித்தவுடன், ஜானு வள்ளியை அழைத்துக்கொண்டு இறங்கினாள். பையை ஒப்படைத்துவிட்டு அவள் எப்பொழுதும் இரசித்துச் சாப்பிடும் பிரியாணி கடைக்குள் வள்ளியுடன் போனாள்.

"வள்ளி, இவ்விட நன்னா ருசியா பிரியாணி கிடைக்கும், அதுவும் பத்து திர்ஹாம்தான். பர் துபாய் வந்தா கண்டிப்பா இங்க பிரியாணி சாப்பிடுவேன்" என்றாள்.

அம்மா கையால் மீன் குழம்பு சாப்பிட்டதுதான் அவள் கடைசியாகச் சாப்பிட்டது போல் இருந்தது. இப்பொழுது ஜானு மூலம் இன்னொரு சாப்பாடு.

"என்ன யோசிக்கிற?? உனக்கு வேல கெடச்சதும், எனக்கு இங்கதான் ட்ரீட், ஓகேவா?" என்று அவள் கண் சிமிட்டினாள்.

வயிறு நிரம்புவதற்குள், இந்த வார்த்தைகள் வள்ளியின் மனதை நம்பிக்கையால் நிரப்பியது. பொறுமையாக சாப்பிட்டுவிட்டு மெட்ரோ ரயிலில் கிளைஸ் வந்து சேர்ந்தார்கள்.

வள்ளியும் ஜானுவும் கை கால், முகம் அலம்பிக்கொண்டு எதிரெதிரே இருந்த அவர்களுடைய கட்டிலில் அமர்ந்தார்கள். வள்ளியின் முகத்தில் மீண்டும் குழப்பம். ஜானு கொடுத்த காலிங் கார்டை வைத்து ஏஜெண்ட் எண்ணிற்கு முயற்சி செய்தாள். எந்த பலனும் இல்லை. மிகவும் மனம் துவண்டு போனது.

"வள்ளி, அந்த பட்டி போன் எடுக்கமாட்டான், வேற வழி கிடைக்கும் நிம்பிக்கை விடாத" என்று சொல்லிக்கொண்டு இருந்தவளுக்கு, அலைபேசி அழைப்புவர அந்த இடத்தில இருந்து நகர்ந்தாள்.

அந்நேரம் காலிங்பெல் அழைக்க, வள்ளி சென்று கதவைத் திறந்தாள், ஆஷியா மிகவும் லேசாக உதடுகளை அசைத்துவிட்டு புன்னகைப்பதாக நினைத்துக்கொண்டு உள்ளே வந்தாள். போனை எடுத்து யாருடனோ காரசாரமாக பேச ஆரம்பித்தாள். வள்ளி மீண்டும் கட்டிலில் தன்னை இணைத்துக் கொண்டாள் .

பேசி முடித்து வந்த ஜானு, ஆஷியாவைப் பார்த்து,

என்ன என்பது போல வள்ளியிடம் சைகை காட்டினாள்.

"வள்ளி, உன் குட்டிக போட்டோ காட்டு" என்று கேட்க, வள்ளியின் முகம் வெள்ளியாக ஜொலித்தது.

பாவாடை சட்டை போட்டுக்கொண்டு இரண்டு சடையைப் பின்னி மடித்து, அச்சு அசலாக வள்ளியைப் போன்று இருந்த மகளின் போட்டோவைக் காண்பித்தாள்.

"இவதான் பட்டு, அவனுக்கு பக்கத்துல துறுதுறுனு பாக்கறானே அவன்தான் என் பையன் ராஜா" என்று சொல்லும் போதே மலர்ந்தாள்.

"ரெண்டு குட்டிகளும் நன்னா இருக்காங்க, என் சின்ன பையன் பட்டு வயசுல இருக்கறப்பதான் துபாய் வந்தேன், இந்த போட்டோ கண்டவுடன் குட்டிக கண்ணுக்குள்ள வந்துட்டாங்க" என்று சிரித்தாள் ஜானு.

"ஜானு, உங்களுக்கு எத்தன குழந்தைங்க?" அவளும் தன் பிள்ளைகளோடு போட்டோவை காட்டினாள்.

"இவ்ளோ பெரிய பசங்களா??" என்று வள்ளி ஆச்சரியமானாள்.

"ம்ம்ம்.. மூத்த குட்டிக்கு கழிஞ்ச மாசம்தான் கலியாணம் முடிச்சோம், ரெண்டாவது மொலு இப்ப காலேஜ் செகண்ட் இயர், பின்னே மோனு இ வருஷம் பத்தாவது" என்று முடிக்கும்போது, உலகத்தின் மொத்த பெருமைகளும் அவளை ஒட்டிக்கொண்டது போல் வள்ளிக்கு தெரிந்தது.

வள்ளி வாய் தானாக திறந்துக்கொண்ட மாதிரியே

கண்களும் அகல விரிந்து, “நெஜமாவா ஜானு?” என்று கேட்டாள்.

“ஏன் அப்படி கேட்கற?”

“உங்கள பார்த்தா பொண்ணுக்கு கலியாணம் பண்ணிடீங்கனு நம்பவே முடில, ரொம்ப சின்ன பொண்ணு மாதிரி இருக்கீங்க?”

“என் மோனு வேலைக்கு போறவரைக்கும் இப்படி சின்ன பொண்ணாவே இருப்பேன்” என்று சிரித்தாள்.

“அப்ப உங்க ஊட்டுக்காரு?”

“அந்தாளு வேற குட்டியோடு குடும்ப நடத்தறான், என் நகை எல்லாம் வித்து சாப்பிட்டாச்சு, என் குட்டிக்களுக்காக எல்லா கஷ்டமும், அடியையும் சகிச்சிக்கிட்டேன். மொளுங்க பெருசானவுடன், அந்தாளு வேண்டானு தீர்மானம் செஞ்சி பல கஷ்டங்களுக்கு கடந்து, ஐந்து வருடங்களுக்கு முன்னே இவட வந்தேன். இப்ப குட்டிகளுக்கு நன்ன லைப் கொடுக்க முடியுது. என்ட அச்சனும், அம்மேயும் பார்த்துக்கறாங்க” என்று அவள் சொல்லிக்கொண்டு இருக்கும்போதே வாழ்க்கையின் ஓட்டத்தில் அவள் இழந்த பல விஷயங்கள் அங்கு சிந்திக்கொண்டு இருந்தது.

வெளியில் சந்தோஷமா பரபரப்பா தெரிந்த ஜானுக்குள்ளேயும் இத்தனை வலிகளா? என்று மௌனமானாள் வள்ளி.

“வள்ளி இவ்வட எல்லாருக்கும் ப்ராப்ளம் உண்டு, எப்படியோ எல்லாம் கடந்து குடும்பத்துக்காக இவளோ தூரம் வந்து இருக்கோம்”.

“ஆ... வள்ளி.. சொல்ல மறந்துட்டேன் நாளைக்கு

இன்டெர்னெட் சென்டர் போய் முதல்ல உன் பயோ-டேட்டா பண்ணலாம். எனக்கு தெரிந்த ஆளுங்ககிட்ட கொடுக்கலாம், கண்டிப்பா வேல கிடைச்சுடும்'' என்று தெம்பூட்டினாள்.

``ரொம்ப தேங்க்ஸ் ஜானு, உங்கள அக்கானு கூப்பிடட்டுமா?''

``ம்ம்ம் நன்னாயிட்டு கூப்பிடு'' என்று அவள் தோள்களை பாசமாகத் தட்டினாள்.

4

நேற்று போலவே இன்றும் வேலை முடிந்து அனைவரும் வீடுவந்து அடைந்து கொண்டார்கள். எல்லோரும் வாட்சப், வீடியோகால் என்று குடும்பங்களோடு பேசிக்கொண்டு இருக்க, கட்டில்கள் வெவ்வேறு ஊர்களாக மாறி இருந்தது.

வள்ளிக்கும் வீட்டு ஞாபகம் வர, போனை எடுத்து தன் பிள்ளைகளின் குரல் கேட்டுவிட்டு சீக்கிரமாக வைத்துவிட்டாள்.

வள்ளி, ஜானு மற்றும் மித்ரா சேர்ந்து வீடு பெருக்கிக் கூட்டித் துடைத்து சுத்தம் செய்துகொண்டிருந்தார்கள் .

“இரவு ஆட்டுக்கறி சால்னா அப்பறம் குப்புஸ் (அரபி பிரெட்) வாங்கிக்கலாம்” என்று சமைத்துக்கொண்டு இருக்கும் பூஜா சொல்ல, எல்லோரும் கோரஸாக “ஓகே, நீ எது சமைச்சாலும், எங்க நாக்குக்கு ருசிதான்” என்று சொன்னார்கள்.

பூஜாவும் சிரித்துக்கொண்டு மசாலாவை மிக்சியில் அரைத்தாள். ஆஷியா பாத்திரங்களை சுத்தம் செய்துகொண்டிருந்தாள்.

சாப்பாட்டுக்கு காசு கொடுக்காம எப்படி சாப்பிடறது? இவ்ளோ காசு செலவு செஞ்சும் இப்படி ஒரு நிலைமையா வரணும் என்று வள்ளி நொந்து கொண்டாள்.

“ஜானு அக்கா, மதியம் சாப்பிட்டதே வயிறு நிரம்பி இருக்கு. எனக்கு வேண்டாம்”.

"பசில படுக்காத வள்ளி, ரொம்ப யோசிக்காம இரு" என்று சொல்ல மறுப்பேதும் சொல்லாமல் அமைதியானாள்.

பால்கனியில் வந்து நின்ற வள்ளியின் பார்வையில், மக்கள் வெளியில் வருவதும், போவதுமாக பரபரப்பாக இருந்த மெட்ரோ நிலைய நுழைவாயில் தெரிந்தது. இரவு, பகல் என்று வித்தியாசம் அதிகம் இல்லாமல் மக்கள் இயங்கிக்கொண்டு இருக்கும் இந்த நகரம் இவளை ஆச்சரியப்பட வைத்தது.

ஜானுவின் குரல் கேட்டு உள்ளே செல்ல அங்கே இரவுச் சாப்பாட்டைச் சாப்பிட அனைவரும் ஒன்றாக உட்கார்ந்து இருந்தார்கள். பூஜாவின் சமையல் நாசியின் வழியாகவே வயிற்றை நிரப்ப, கிண்டல், கேலி என்று உணவோடு சேர்ந்து இதமாகச் சென்றது சப்பாட்டு நேரம்.

ஜானுவும், மித்ராவும் சேர்ந்து கடைகளுக்குச் சென்று மளிகை சாமான் வாங்கிவர ஒரு தாளில் தேவையானவற்றை பட்டியலில் எழுதிக்கொண்டு இருந்தார்கள். ஜானுவிடம் அந்த மாதத்திற்கான செலவு பணத்தையும் கொடுத்தார்கள். ஒவ்வொரு மாதமும் இருநூற்றைம்பது திர்ஹாம் அனைவரும் சாப்பாட்டுக்கு ஒதுக்குவார்கள். பகிர்ந்து சாப்பிடுவதால் கொஞ்சம் செலவு குறையும். இது இல்லாமல் ரூம் வாடகை மாதத்திற்கு ஐந்நூறு திர்ஹாம். எப்படியும் ஒரு மாத்திற்கு ஆயிரம் திர்ஹாம் தேவைப்படும் என்று வள்ளியும் தெரிந்துகொண்டாள். ஒருநாள், இரண்டு நாள் சாப்பிடுவதுகூட பரவாயில்லை. ஆனால் ஒவ்வொரு மாதமும் சாப்பாட்டு செலவை எப்படிச் சமாளிப்பது என யோசனையில் அவள் மனம் திகைத்தது.

ஜானு தன் ரூம் மேட்களிடம், “வள்ளிக்கு ஏஜெண்ட் விசிட் விசால கூட்டிட்டு வந்து ஏமாத்திட்டான், இப்ப இந்த பொண்ணுக்கு மூனு மாசத்துக்கு தங்க இடமும், விசா மட்டும் இருக்கு. ஏதாவது வேல கெடச்சா சொல்லுங்க. இந்த மாசம் சாப்பாட்டுச் செலவு வள்ளிகிட்ட வாங்கல” என்று ஹிந்தியிலும் மலையாளத்திலும் மாற்றி மாற்றி சொன்னாள்.

அங்கு யாருக்கும் இது ஒரு பிரச்சனையாகத் தெரியவில்லை. குழந்தைகளை விட்டு, நிலத்தை விற்று தனியாக வந்திருக்கும் இவளைப் பார்த்து அவர்கள் மனம் இளகியது.

“அவள் என்ன படித்து இருக்கிறாள்? என்ன மாதிரியான வேலை கிடைத்தால் சொல்லணும்” என்று பூஜா கேட்க..

ஜானு வள்ளியிடம் மொழிபெயர்த்தாள். “பன்னிரெண்டாவது முடிச்சிட்டு, டைப்ரைட்டிங் கத்துக்கிட்டேன், ஊர்ல ஒரு கடைல கணக்கு பார்த்த அனுபவமும் இருக்கு” என்று சொன்னாள்.

“டைப்ரைட்டிங்லாம் வச்சி வேல கிடைப்பது கஷ்டம்” என்று ஹிந்தியில் பூஜா சொன்னது அவள் முக பாவனையில் இருந்து வள்ளிக்கு தெரிந்தது.

“என்ன வேலைனாலும் பார்ப்பேன், என் குழந்தைகளை வளர்க்க நான் என்ன வேண்டுமானாலும் செய்வேன். நான் ஊருக்கு போகாம இருக்க எனக்கு வேல வேணும்” என்று கண்கலங்கி நின்றாள்.

வள்ளியும் பூஜாவும் அவளை சமாதானப்படுத்திக் கொண்டு இருக்க, மற்றவர்களின் மனதிலும் இந்தப்

பொண்ணுக்கு எப்படி உதவ வேண்டும் என்ற யோசனை ரயில் வண்டியைப் போல ஓடிக்கொண்டிருந்தது.

"எங்க ஆபிஸ்ல இப்பதிக்கு ஆபிஸ் கேர்ள் வேலைக்கு ஆள் தேடுறாங்க, விசாவும் கிடைச்சுடும் நான் பேசிப்பாக்கறேன்" என்று ஆஷியா சொன்னாள். வள்ளிக்கு காய்ந்து போன செடிகளுக்கு யாராவது தண்ணீர் தெளித்தால் எப்படி இருக்குமோ அப்படி இருந்தது.

"ஆஷியா சேலரி எவ்வளோ இருக்கும் பார், எப்படியும் இரண்டாயிரம் திர்ஹாமாச்சும் இருந்தாதான் வாடகை, சாப்பாட்டு செலவு போக வீட்டுக்கு அனுப்ப முடியும்" என்றாள் ஜானு.

"ஆமா சேச்சி, இல்லனா இவளோ தூரம் வந்தது வீணா போயிடும், கேட்டுப் பாக்கறேன்" என்று பதில் கூறினாள்.

அலைபேசி கதவுகளைத் திறக்க சிலர் வீடியோ கால் மூலமாகவும், சிலர் காலிங் கார்ட் வழியாகவும் தங்கள் குடும்பங்களையும் அவர்கள் இருக்கையில் அமர வைத்துக்கொண்டார்கள்.

ஆஷியா வீடியோ கால் மூலமாக அவள் குடும்பத்துடன் உறவாடும் காட்சி வள்ளி கண்களுக்கும் தெரிந்தது. மகளும் மகனுமாக இருக்க வேண்டும், ஆனால் கொஞ்சம் பெரிய பிள்ளைகளைப் போல் தெரிந்தார்கள். திடீரென்று வள்ளி கண்களுக்கு அலைபேசி திரையில் கட்டிலில் கண்களை மூடிப் படுத்திருக்கும் ஒரு நபர் தெரிந்தார். ஆஷியாவின் கண்களில் பேரன்பும், இயலாமையும் மாறி மாறித் தெரிந்தது. அந்த நபர் கண்களைத் திறந்து பார்க்கவும்

இல்லை, இவளிடம் பேசவும் இல்லை, ஆனால் ஆஷியா தொடர்ந்து பேசிக்கொண்டு இருந்தாள்.

வள்ளிக்கு குழப்பமாக இருந்தது... ஆஷியாவின் கண்களில் இருந்து வடிந்துகொண்டு இருந்த கண்ணீர் சுனையாகத் தெரிந்தது .

மளிகைச் சாமான்களை வாங்கிவிட்டு வந்த ஜானு தனியாக இருக்கும் வள்ளியை பார்த்துவிட்டு, கட்டில் அருகில் வந்தாள்.

"என்ன வள்ளி இவ்வளோ யோசன?"

"ஒன்னும் இல்ல கா, ஆஷியா ரொம்ப நேரமா அழுதுகிட்டே, பேசிட்டு இருக்காங்க பாவமா இருக்கு"

"ம்ம்ம்..... பாவம் ஆஷியா. கடவுள் ஒவ்வொரு ஸ்திரியையும் மனதளவில் பெரிய பலசாலியாகவே படைச்சிட்டானு சொல்றது எத்தன சத்தியம்".. என்று ஒரு பெருமூச்சு விட்டு தொடர்ந்தாள்..

"ஆஷியா ஹைதராபாத்ல குட்டிகளோடும், பர்த்தாவோடும் (கணவனோடும்) சந்தோசமா இருந்தா. அவள் வீட்டுக்கு பக்கத்துலதான் மாமியார் வீடு. இவ கணவர் ஒருநாள் பைக்க எடுத்துட்டு பக்கத்து ஊர்ல இருக்க தங்கச்சிய பார்க்க போயிருக்கார். ரோட்டு மொனைல டேர்ன் பண்றப்ப பேலன்ஸ் தப்பி அங்க இருந்த புளிய மரத்துல அடிச்சுட்டார்".

"அச்சச்சோ" என்று வள்ளிக்கு தூக்கிவாரிப் போட்டது. "அப்பறம் என்னக்கா ஆச்சி??"

"இருந்த நகை, வீடு எல்லாம் வித்து ரொம்ப செலவு செஞ்சி, எப்படியோ உயிர் தப்பிட்டார். ஆனா நினைவு திரும்பல"...

கேட்கும்போதே மனம் பதறியது வள்ளிக்கு. இப்பொழுதும் ஆஷியா தன் கணவனைப் பார்த்து பேசிக்கொண்டு இருந்தாள்.

ஜானு தொடர்ந்தாள் "அவரு மருந்துக்கு ரொம்ப செலவானதுனால, தன் மாமியார்கிட்ட பிள்ளைகளை விட்டுட்டு பக்கத்துல இருக்கிற ஸ்கூலுக்கு டீச்சரா போய் இருக்கா, பாவம் அவன் கொடுத்த இரண்டாயிரத்தி ஐநூறு வைத்து குடும்பத்த சமாளிக்க முடியாம இங்க வேல தேடி வந்துட்டா".

"இப்ப ஒரு ஜிம்ல அட்மின் வேல செய்றா... ஆனா ரொம்ப கஷ்டம்.. இப்படியே இங்க வந்து நாலு வருஷம் ஓடிடுச்சி. அவ புருஷன் கண்டிப்பா சரியாவாருன்னு நம்பறா.. அந்த கர்த்தாதான் காப்பாத்தணும்" என்று முடித்தாள்.

"அக்கா அவருக்கு நினைவு நடுவுல கூட திரும்பலையா?"

"நடுநடுல திரும்புது.. பெர்மனெண்ட்டா இல்ல, மருந்து வேல செய்ய ரொம்ப லேட்டாகுமாம் வள்ளி.. அந்த மருந்து ரொம்ப காஸ்டலியாம்.. அப்படி அவர் நினைவு வந்து ஆஷியாகிட்ட, சிலசமயங்கள்ல பேசறதுண்டு, அன்னைக்குதான் அவளுக்குப் பெருநாள்" என்று ஜானு சொல்லும்போது ஆஷியாவின் திரையில் அவள் குழந்தைகள் தெரிந்தார்கள் .

நேற்று ஆஷியாவை நினைத்து "ரொம்ப கொடுத்து வச்சவங்கனு" வள்ளி மனதில் தோன்றியது நிழலாக மறைந்தது.

ஆஷியாவின் அலைபேசியின் கண்களும் சோர்ந்து போய் இருந்தது. பாவம் அவளும் வலுக்கட்டாயமாக

தன்னைப் போலவே தூங்க முயற்சித்துக் கொண்டு இருக்கிறாள் என்பது வள்ளிக்கு தெரிந்தது.

"எனக்கு மட்டும்தான் வாழ்க்க போராட்டம்னு நினச்சேன், இங்க என்ன சுத்தி எல்லாரும் என்னைவிட பெரிய போராளிகளா இருக்காங்க" என்று தனக்குத்தானே சொல்லிக் கொண்டவள் எப்படி என்று தெரியாமலேயே உறங்கிப் போனாள்.

5

வள்ளிக்கு விடியாதா என்ற ஏக்கதோடு சூரியனும் விடிந்தது. பரபரப்பாக இருந்த சில நிமிடங்களில், ரூமில் இருந்தவர்களின் எண்ணிக்கை குறைந்துகொண்டே இருந்தது. விடிந்த இன்றை எப்படிக் கழிப்பது என்று புரியாதவளாய் இருந்தவளுக்கு, அவளின் கட்டிலுக்கு அருகில் இருந்த, ஜன்னலின் திரைச்சீலைகளினுடே வந்த மெல்லிய சூரிய வெளிச்சம் இதமாக இருந்தது.

“பட்டுவும் ராஜாவும் ஸ்கூல் போயிருப்பாங்க, பாவம் ராஜா. நானில்லாம எப்படி இருக்கானோ?” நினைக்கும்போதே, இதயம் வேகமாக துடிப்பது போல் இருந்தது. “என் பிள்ளைகளும் என்னோடு சேர்ந்து கஷ்டப்படறாங்க, அய்யனாரே நீதான் தொண” என்று மனமுருகி வேண்டிக்கொண்டாள்.

வள்ளி வெளிர் பச்சை நிறத்தில் சுடிதார் அணிந்திருந்தாள். அவளது கருகரு கூந்தல் அவள் வயதை அழகாக கரு நிறத்திற்குப் பின் மறைத்து வைத்துக்கொண்டது.

“வள்ளி டைம் ஆயிடுச்சி, நான் ரூமுக்கு வரப்ப போன் பண்றேன், தாழ வந்திடு, பயோ-டேட்டா பண்ணிடலாம். டீ போட்டுக்கோ, ப்ரெட்டும் இருக்கு சரியா??” என்று செருப்பை மாட்டிக்கொண்டு ஜானு சொன்னாள்.

“சரி கா, நீங்க பத்திரம்”னு அவள் சொல்ல, விரல்விட்டு எண்ணிய நாட்களுக்குள் ஒரு நட்பு தன்னை ஒட்டிக்கொண்டதின் அன்பை

உணர்ந்தவளாய் பேரன்பு கலந்த புன்முறுவலை சிந்திவிட்டுச் சென்றாள்.

மித்ராவுக்கு இன்றைக்கு நைட் ஷிப்ட், அதனால் அவள் மட்டும் ரூமில் இருந்தாள். வள்ளி அடுப்பங்கரைக்குச் சென்று கேஸை ஆன் செய்து, ஒரு கோப்பை தண்ணீரை சுடவைத்து அதில் ஒரு டீஸ்பூன் அளவு டீ துளைப் போட்டு கொதிக்க வைத்துக்கொண்டிருந்தாள்.

உள்ளே வந்த மித்ரா, "வள்ளி என்னிக்கும் டீ கிடைக்குமா?" என்று கிழிந்து தைத்து ஒட்டு ஒட்டாக தமிழ் பேசியதைக் கேட்டு வள்ளிக்கு சிரிப்பு வந்தது.

"உங்களுக்கு தமிழ் தெரியுமா?"

"ம்ம்ம்.. ரெம்ப கொஞ்சூண்டு, நான் நேபாள்ல இருந்து, சென்னைக்கு போய் அக்காவோட ரெண்டு வருஷம் வேல பண்ணேன். அப்ப கத்துக்கிட்டேன்" என்று கொஞ்சியும், கெஞ்சியும் வார்த்தைகள் வந்தது.

வள்ளிக்கு ஒரே சந்தோசம். மலையாளம் சேர்ந்த தமிழ் ஒருவிதமான அழகு என்றால் மித்ரா கொஞ்சிப்பேசும் கொஞ்சூண்டு தமிழ் இன்னும் இனித்தது. பால் பவுடரைக் கரைத்து கொதிக்கும் நீரில் போட்டவளுக்கு அந்த மணம் புத்துணர்ச்சியாக இருந்தது.

"வள்ளி இதுல கர்தாமோன் போட்டா இன்னும் மணக்கும்" என்று மித்ரா சொல்ல.. "ம்ம்ம்.. கார்டாமோன்" என்று கண்களைச் சுருக்கி.. சட்டென வராமல் தப்பியது ஏலக்காய். மித்ரா அவள் தலைக்கு மேல் இருந்த சின்ன செல்ப் கதவை திறந்து ஏலக்காய்

40 • மராம்பு

டப்பா எடுக்க, "ம்ம்.. ஏலக்காய்" என்று சொல்லி ரெண்டை பிய்த்து போட்டவளுக்கு ஏலக்காய் டீ ரெடியானது.

இருவரும் டீ குடித்து பேசிக் கொண்டிருந்தார்கள். "மித்ரா, நீங்க என்ன வேல பண்றீங்க"?

"நான் இங்க பார்லர்ல வர்க் பண்றேன், பேச்சிலே ஆறு வருடம் போயிடுச்சி" என்று பெருமூச்சு விட்டாள்.

"நேபாளுக்கு எப்ப போனீங்க?"

"போன மாசம்தான், ரெண்டு தங்கைகளுக்கும் ஒரே மேடைல கல்யாணம் பண்ணாங்க" என்று பொம்மைகள் போல் இருந்த தங்கைகளின் திருமணப் போட்டோவைக் காட்டினாள்.

மித்ராவிற்கு கல்யாணம் ஆயிடிச்சு போல என்று நினைத்துக் கொண்டாள் வள்ளி.

ஆனால் மித்ரா தொடர்ந்தாள் "எங்கம்மாவுக்கும், அப்பாவுக்கும் என் கல்யாணத்த பாக்கணும்னுதான் ஆச, ம்ம்ம் எல்லாம் நடக்கும், ஆனா எப்பன்னு தான் தெரில" என்று சொன்னது வள்ளிக்கு மட்டும் இல்ல, தனக்குத்தானே சொல்லிக்கொண்டது போல வள்ளிக்கு தோன்றியது.

"தப்பா நினைக்கலன்னா.." என்று ஆரம்பித்தவளைப் பார்த்து,

"வள்ளி, இங்க எங்களோட இருக்க போற உங்களுக்கு சொல்றதுல ஒன்னும் இல்ல.. ஏன்னா என்னை எழுப்பறது முதல், தூங்க போகும்வர, தூரமாக இருந்தாலும் என்னை சுற்றி இருப்பது அவன்தான் என்று உங்க கண்களுக்கும் தெரிஞ்சிடும்" என்று சிவந்தாள்.

“லவ்வா”?

“வேறென்ன, பத்து வருடங்கள்.. பல ஜென்ம பந்தம்.. அவனை எப்பொழுது கைப்பிடிப்பேன் என்று காத்துட்டு இருக்கேன்” .

“அம்மாடியோ பத்து வருஷமா??? எதுக்கு இவ்ளோ வருஷம் காக்கணும்?”

“எல்லாத்துக்கும் ஒரு ரீசன் இருக்கு, சின்னு புத்த மதம், நான் ஹிந்து. எங்க வீட்ல ப்ராப்ளம் இல்ல, அவங்க அம்மா பெர்மிஷன்காக வெய்டிங்”.

‘பத்து வருஷம் என்பது ரொம்ப அநியாயம் மித்ரா”.

அதற்குள் மித்ரராவின் அலைபேசி காதல் ராகத்தில் அவளை அழைத்தது.

“மூக்கு வேர்த்துவிட்டது போல, சின்னு கால்தான்” என்று கண்களை சிமிட்டிக்கொண்டு அங்கு இருந்து விலகி, அவள் கட்டிலில் படுத்து, கால்மேல் கால்போட்டு பேச ஆரம்பித்தாள்.

வள்ளி மனதில் இதுதான் தெய்வீகக்காதல் போல என்ற வியப்பு வந்தது. பையில் இருந்து ஒரு நோட் புக்கை எடுத்து, பயோ-டேட்டா செய்யத் தேவையானவற்றை குறிப்பு எடுக்க ஆரம்பித்தாள். அதில் பாஸ்போர்ட் எண் வரை எழுதிக்கொண்டாள். எதுவும் செய்யாமல் இப்படி இருப்பது என்னவோ ஒரு மாதிரி இருந்தது அவளுக்கு. மித்ரா அலைபேசியோடு ஐக்கியமாகி இருந்தாள்.

அவளது அம்மாவின் ரசத்தின் ருசிநினைவில் வர சட்டென்று புளியைக் கரைத்து மணக்கும் ரசத்தை கொஞ்சம் கொதிக்கவிட்டு கொத்தமல்லி தூவி இறக்கி வைத்தாள்.

சட்டென்று திரும்பிய வள்ளிக்கு ரசத்தின் வாசனை மித்ராவை தூக்கிக்கொண்டு வந்து நிற்க வைத்தததுபோல் இருந்தது.

"மித்ரா எப்ப வந்த?"

"என்ன டெலிசியஸ் ஸ்மெல் இது, இப்பவே சாப்பிடணும் போல இருக்கு" என்று மூக்கை இழுத்து வாசனையை உடம்பு முழுக்க நிரப்பினாள்.

"இது பேர்தான் ரசம், எங்க வீட்ல இதுதான் அதிகமா செய்வோம்".

கடிகாரத்தைப் பார்த்த மித்ரா, "இப்பதான் பதினொன்னரை எல்லாம் வர எப்படியும் ஒன்னரை ஆயிடும், ம்ம்ம் சரி உங்களுக்கு திரெடிங் பண்ணட்டுமா?".

"இதுவர நான் பண்ணது இல்ல, பார்லருக்கும் போனதில்லை" என்று அலறினாள்.

"அப்ப, கண்டிப்பா உங்களுக்கு பண்ணனும். வள்ளி.. இந்த ஊர்ல என்ன வேல செஞ்சாலும் மக்கள் ரொம்ப ஸ்மார்ட்டா ட்ரெஸ் பண்ணுவாங்க"

"ஆமாம் மித்ரா அன்னைக்கு மெட்ரோல ஜானு அக்காவோட போனேன்ல... எல்லாரும் அவ்வளவு அழகா இருந்தாங்க" என்றாள்.

"அது இங்க ரொம்ப முக்கியம் வள்ளி. நேத்தி ராத்திரி முழுக்க அழுதுகிட்டு இருந்த ஆஷியா வேலைக்கு போகும்போது பார்த்தீங்களா? கண்ணுக்கு மை, லிப்ஸ்டிக் லைட்டா போட்டுக்கிட்டு, ட்ரெஸ்ஸை அயன் செஞ்சி போட்டாங்க. இப்படி தலைல வழிய வழிய ஆயில் வைக்காதீங்க, வேலைக்கு போகும்போது நாம ப்ரெஷா இருக்கறது முக்கியம் வள்ளி"

“அய்யோ தலைல எண்ண வைக்காம எப்படி மித்ரா? வாங்க போங்க வேண்டாம் வா,போன்னு சொல்லு மித்ரா ”

“ம்ம்ம்... சரி வள்ளி, அப்புறம் ஆயில் வச்சா குளிச்சிடு. இன்டெர்வியூ போற, இல்ல யாரயாச்சும் பார்க்க போறன்னா நீட்டா போ, குட்டியா அழகா இருக்கு உன் முடி”

“என் எலி வால பார்த்து அழகுனு சொல்லி கிண்டல் பண்ற!!!” என்றாள்.

“இப்படி பிரைட் போட்டா இப்படிதான் தெரியும் வள்ளி”, “பிரைடனா”? என்று வள்ளி கண்கள் சுருங்க..

ஆள்காட்டி விரலை நெற்றியில் சில நொடிகள் தட்டிக்கொண்ட மித்ரா... “சட.. சட வேண்டாம், சைடுல இருக்கிற முடியை ரெண்டு பக்கமும் எடுத்து நடுவுல பின் குத்திக்கோ” என்றாள்.

வள்ளி சின்னக் குழந்தையை போல் சிரித்துக்கொண்டே தலையாட்டினாள்.

“திருப்பி என் ஆள் போன் பண்றதுக்குள்ள நீ போய் குளிச்சிட்டு வா வள்ளி, நானும் குளிச்சிட்டு ப்ரெஷா இருக்கணும், இல்லனா சும்மா கத்துவான்” என்று பொய்யாக அலுத்துக் கொண்டாள்.

வள்ளி சந்திரிகா சோப்பை உபயோகித்தாள் என்று அந்த வாசனை எல்லோரிடமும் சொல்லிவிட்டு வந்ததுபோல் ரூம் முழுக்க நிரம்பி வழிந்தது. மீண்டும் மித்ரா சின்னுவோடு சிணுங்கிக்கொண்டு இருந்தாள். வள்ளியைப் பார்த்து ஒற்றைக் கண்ணடித்து, பேச்சைத் தொடர்ந்தாள்.

கட்டிலில் வந்து உட்கார்ந்து, தன் பெட்டியில் இருந்த அய்யனார் போட்டோவை எடுத்தாள். கண்களை மூடி, “அய்யனாரே, என் பிள்ளைகளையும், ஆத்தாவையும் நீதான் காத்து நிக்கணும், எனக்கு எப்படியாவது ஒரு வேல கிடைக்க வழி காமி, உன்னையே நம்பி இருக்கேன்” என்று வேண்டினாள்.

வெள்ளை டப்பாவைத் திறந்து, விபூதியை ஓர் ஆள்காட்டி விரல் அளவிற்கு நெற்றியில் கோடு போட்டாள். சின்னதாக கருப்புப் பொட்டை இரு புருவங்களுக்கு மத்தியில் வைத்து, மோதிர விரலால் சரிசெய்தாள். நீலநிறத்தில் போட்டிருந்த நைட்டியில், வெளிர் மஞ்சள் நிற பூக்கள் இவளுக்காகவே பூத்தது போல் பளிச்சென்று இருந்தது. தலையை நன்றாகத் துவட்டி மித்ரா சொன்னது போல் இருபக்கத்தில் இருந்து முடி எடுத்து நடுவில் பின் குத்தினாள். போன் பேசிவிட்டு வந்த மித்ராவிற்கு அவளைப் பார்க்க சந்தோஷமாக இருந்தது.

“வள்ளி, பெர்பெக்ட் யு லுக் பியூட்டிபுல், பட் நெத்தியில இவளோ லாங் லைன் வேண்டாம், குட்டியா இருக்கட்டும்” என்று சொல்லி துடைத்து விட்டாள்.

“நீ ரொம்ப அழகு வள்ளி, ஆயில் போட்டு மறச்சிட்ட” என்று சிரித்துக் கொண்டவள், கையில் ஒரு நூல்கண்டை எடுத்து வந்தாள்.

“வா த்ரெடிங் பண்றேன்’ என்று அவர்களுக்கான அந்த கட்டில் கூட்டில் அமர வைத்தாள்.

“வள்ளி ஒரு கண்ணை மூடி, ஒரு கையை புருவத்திற்கு மேல வை, இன்னொரு கையை புருவத்திற்கு கீழ பிடி” என்று சொல்லி நூலின் ஒரு

நுனியை வாயில் வைத்து, மற்றோரு நுனியை தன் இருகைகளுக்கு நடுவில் சுழற்றிக் கொண்டாள். அந்த சுழற்றிய நூலிற்கு நடுவில் புருவ மயிர்களைக் கொண்டு வந்து, வாயில் வைத்த நூலால் தலையை முன்னும் பின்னும் இழுக்க த்ரெடிங் நடந்து கொண்டிருந்தது.

வள்ளி கண்களிலிருந்து தாரை தாரையாக கண்ணீர் வழிந்தது. "சாரி வள்ளி, போகப்போக சரியாயிடும்" என்று சொல்லி தன் மெல்லிய விரல்களால் சிவந்த புருவங்களை தடவிக்கொடுத்து மீண்டும் ஆரம்பித்தாள். ஒருவழியாக இரண்டு புருவங்களுக்கும் வில்லைவிட அழகான வடிவம் கொடுத்து முடித்தாள்.

"அப்படியே இரு வள்ளி", என்று சொல்லிவிட்டு, தன் கட்டிலுக்கு அடியில் வைத்திருந்த பையில் இருந்து நல்ல வாசமுள்ள எண்ணெயை எடுத்துவந்து புருவங்களுக்குத் தடவி, மென்மையான மசாஜ் கொடுத்தாள்.

"இப்ப கண்ணாடில பாரு" என்று சொன்னவுடன் வள்ளி கண்ணாடியில் தன்னைப் பார்த்துவிட்டு, "தேங்க்ஸ் மித்ரா, ஆனா வலி உயிர் போயிடுச்சி" என்றாள்.

டிங்..டிங் என்று பெல் சத்தம் கேட்டவுடன் மித்ரா கதவைத் திறந்தாள். ஜானுவும் பூஜாவும் ஒன்றாக வந்திருந்தார்கள். "ஏய்.. ரஸ மணம், வள்ளி.." என்று சொல்லிக்கொண்டு வந்தவள், வள்ளியைப் பார்த்து விட்டு, "வள்ளி வளர சுந்தரியாயிட்டு இருக்க" என்று சந்தோஷமானாள். ரஸம் மணம் ரொம்ப நல்லா இருக்கு. பூஜாவும் வள்ளியைப் பார்த்து சூப்பர் என்று விரல்களால் பேசினாள்.

"மித்ரா அச்சா கியா" என்று ஜானு சொல்ல, "தேங்க்ஸ் சேச்சி, வள்ளி அழகா இருக்கு, என் டைமும் போயுடுச்சு" என்று மித்ரா தமிழில் சொன்னதைக் கேட்டு ஜானுவும் வியப்படைந்தாள்.

"இப்ப நம்ம எல்லாம் தமிழலதான் பேசப்போறோம்" என்று சிரித்தாள்.

இப்படி தோழிகள் சேர்ந்து சிறிது சந்தோஷமாகப் பேசிக்கொண்டு, சாப்பிட உட்கார்ந்தார்கள். ரசம் சாதத்திற்கு அவர்கள் நாக்கில் ருசி நடனமாடியது என்றுதான் சொல்ல வேண்டும். மித்திராவின் அலைபேசி அவளை மீண்டும் அழைக்க, அனைவரும் அவளைக் கொஞ்சம் சீண்ட, மேலும் பூத்தாள் .

பூஜாவும் சாப்பிட்டுவிட்டு மீண்டும் வேலைக்குக் கிளம்பினாள். "வள்ளி டைப்பிங் சென்டர் போலாம்" என்று ஜானு சொல்ல அவசரமாக நைட்டியை மாற்றி, குங்குமப்பூ நிறத்தில் இருந்த ஒரு சுடிதாரைப் போட்டுக்கொண்டு, குறிப்பெடுத்த நோட்டையும் எடுத்துக்கொண்டாள். "போலாம் அக்கா" என்று செருப்பை அணிந்து தயாராகி நின்றாள்.

இருவரும் சேர்ந்து சாலைக்கு மறுபுறம் இருக்கும் கடைக்கு நடந்து சென்றார்கள். வள்ளி கொண்டுவந்த குறிப்புகளைக் கொடுத்து, அந்த கடைக்காரரிடம் பயோ-டேட்டா செய்து வாங்கிக்கொண்டார்கள். அங்கு இருந்து வலது பக்கம் திரும்பினாள், மூன்றடுக்கு குடியிருப்புகள் கொத்தாக தெரிந்தது.

"இது பேர்தான் ஷேக் காலனி, துபாய்ல இருக்கோம்னு சொல்லிக்கலாம், ஆனா மூன்றாவது மாடிக்கு லிப்ட் இல்ல, எனக்கு இங்க வந்தா எங்க

ஊர்தான் கண்ணுல நிக்கும்'' என்று சொல்லிக்கொண்டு பில்டிங் எண் 15-ல் நுழைந்தார்கள். அந்த மூன்று தளமும் வறுக்கும் மீன் வாசனையை பூசிக்கொண்டு நின்றது. மூன்றாவது மாடி ஏறி இடது பக்கமாகத் திரும்பி 3011 என்ற வீட்டின் அழைப்பு மணியை அழுத்தினாள் .

கதவைத் திறந்த பெண் மலையாளி என்று அவளின் சந்தனப்பொட்டும் பளபளக்கும் முகமும் பேசுவதற்கு முன்னேயே சொல்லிவிட்டது. ஜானுவைப் பார்த்தவுடன், "ஏய் ஜானு சுகானு?'' என்று நலம் விசாரித்துவிட்டு, வள்ளி பக்கம் திரும்பி, "இது ஆரு ஜானு?'' என்று கேட்டாள்.

வள்ளியைப் பார்த்து புன்னகைத்துவிட்டு, "இருக்கி'' (உட்காரு) என்றாள். வள்ளியும் அங்கு கிடந்த கொஞ்சம் ஓரமாக ஓட்டு போட்டிருந்த சோபாவின் நுனியில் உட்கார்ந்தாள்.

ஜானு அந்த பெண்ணிடம் "சேச்சி, இந்த குட்டி பேர் வள்ளி, பாவம் ஏஜெண்ட் வேல வாங்கித்தரேன்னு ஏமாத்திட்டான்'' என்று ஆதிமுதல் எல்லாவற்றையும் மலையாளத்தில் சொல்லி, இப்ப இவளுக்கு ஏதாவது வேலை வேண்டும் அதற்கு சேச்சி உதவி செய்து தரணும் என்றாள். வள்ளியிடம் இருந்து ஒரு பயோ-டேட்டாவை வாங்கி அந்த சேச்சியிடம் கொடுத்தாள்.

அவளும் வள்ளியைப் பார்த்து, மலையாளத்தில் "கண்டிப்பா என்னால முடிந்ததை செய்வேன், கவலைப்படாத'' என்றாள்.

"வளர நன்னி சேச்சி'' என்று நன்றியைச் சொல்லிவிட்டு வள்ளியை அழைத்துக்கொண்டு ஜானு அங்கிருந்து இறங்கினாள்.

“அக்கா, அந்த சேச்சிகிட்ட நீங்க பேசினது புரியல, எனக்காக வேல ஏதாவது இருந்தா உதவி செய்ய சொன்னிங்கனு மட்டும் புரிந்தது” என்றாள்.

“அவ்வளோதான் நானும் சொன்னேன்” என்று சிரித்தாள்.

“எனக்காக யாரும் இல்லாத இந்த ஊர்ல நீங்க” என்று சொல்லும்போதே அவள் வார்த்தைகள் தொண்டையில் சிக்கி சத்தமின்றி அமைதியானது.

“ஒரு பொண்ணா இதக்கூட செய்யலைன்னா, நாளைக்கு கர்த்தர் முன்னாடி பதில் சொல்லணும், என் சகோதரிக்கு நான் செய்றேன், அவ்வளவுதான் வள்ளி”.

கைக்கடிகாரத்தை பார்த்த ஜானு, “வள்ளி, என் கைல ஒரு பயோ-டேட்டா கொடு, எனக்கு வேலைக்கு லேட் ஆகுது. நீ நாம வந்த வழியா போய் அந்த சிக்னல் க்ராஸ் பண்ணு. அந்த சைடு நம்ம ரூம் வந்திடும், பத்திரம்” என்று சொல்லிவிட்டு மறைந்தாள்.

அப்படியே ஜானு சொன்னபடி, நேராக நடந்து வந்தவளுக்கு, இந்த சிக்னல் சரியாக க்ராஸ் பண்ணிடனும் என்ற பதட்டமும் பயமும் இருந்தது. முதன் முறை என்பதாலேயே கூடுதலான ஒரு படபடப்பும் அவளுடன் நடந்தது. சிக்கனலில் நிறைய பேர் காத்துக் கொண்டிருந்தார்கள். அங்கு சைக்கிளில் நின்ற பையன் பக்கத்து இரும்புத்தூணில் இருந்த ஒரு மஞ்சள் கலர் டப்பாவில் “வெயிட்” என்ற பட்டனை அமுக்கினான். வள்ளியும் அதேபோல் அந்த பட்டனை அவன் அழுத்தியது போலவே செய்தாள். ஒருசில நொடிகளில் மனிதன்

நடப்பது போல் ஒரு பச்சைநிற விளக்கு எரிந்தது. வள்ளி அவசர அவசரமாகச் சாலையைக் கடந்து, தன் குடியிருப்பின் வாசலை அடைந்தாள். இப்பொழுதுதான் அவள் வியர்வை துளைகள் மூடியது.

ரூமுக்கு வந்தவுடன் ஒரு க்ளாஸ் நிறைய தண்ணீர் குடித்து கட்டிலில் சாய்ந்தாள். மன அழுத்தமே ஒருவிதமான சோர்வைத் தந்தது. முகத்தை கழுவிவிட்டு, மீண்டும் அவளுக்காகவே பூத்தது போலிருந்த மஞ்சள்நிறப் பூக்கள் நிரம்பிய நைட்டியை மாட்டிக்கொண்டு கட்டிலில் கண்களை மூடி கோழி உறங்குவது போல் தூங்கினாள்.

6

கொஞ்ச நேரத்தில் யாரோ தூரத்தில் விம்மி விம்மி அழுவது போல சத்தம் மெல்லியதாக வள்ளியின் காதுகளில் விழுந்தது. திடுக்கென்று எழும்பிப் பார்த்தவள் கண்களில் மித்ரா தெரிந்தாள். உடனே அவள் அருகில் சென்று, "மித்ரா, என்னாச்சு, ஏன் அழற?" என்று கேட்க, அவள் வள்ளி தோள்களில் விழுந்து மேலும் விம்மினாள்.

வள்ளிக்குள் அடங்கிய படபடப்பு மீண்டும் வந்தது, "ஐயோ இப்படி சொல்லாம அழுதா எப்படி மித்ரா, என்னாச்சு?" என்றாள்.

"சின்னுவோட அம்மா பொண்ணு பாக்க போய் இருக்காங்களாம், என் மனசு சரி இல்ல வள்ளி" என்று கலங்கினாள்.

"மித்ரா.. நீ பயப்படற மாதிரி எதுவும் நடக்காது, பத்து வருஷமா காத்துட்டு இருக்கிற பொண்ண விட்டுட்டு சின்னு கல்யாணம் பண்ணிப்பாரா? ஏன் தேவ இல்லாம பயப்படற?" என்று அவளை சமாதானப்படுத்தினாள்.

மீண்டும் அலைபேசி கிணுகிணுத்தது, சின்னுவின் பெயர் திரையில் தெரிந்தது. மித்ரா எடுக்காமல் அதை அணைத்து வைத்தாள். காலையில் பார்த்த மித்ரா காணாமல் போயிருந்தாள். அந்த நேபாளி கண்கள் அதிகம் அழுததால், கடுகு போல் சிறியதாக மாறி இருந்தது.

இதற்குமேல் என்ன சொல்வது என்று தெரியாமல் வள்ளி மித்ராவைப் பார்த்து, "அழுதழுது மூஞ்சே

வீங்கிப்போய் இருக்கு, கொஞ்சம் தூங்க ட்ரை பண்ணு, மனசு லேசாகும்" என்று சொல்லி அவளுக்கு தனிமை தேவை என்று புரிந்து கொண்டவளாக மீண்டும் தன் குருவிக்கூடான கட்டிலை அடைந்து கண்களை வெறுமனே மூடினாள்.

மனசு புயல் காற்றில் ஆடும் மரம் போல பேயாட்டம் ஆடிக்கொண்டிருந்தது. பிள்ளைகளின் முகம் கருவிழிக்குள் பதிந்து ஏக்கம் மட்டும் கண்ணீராய் மூடிய கண்களிலிருந்து வடிந்து கொண்டிருந்தது.

அப்படியே எவ்வளவு நேரம் தூக்கமில்லாமல் வெறுமனே கிடந்தாள் என்று தெரியவில்லை, யாரோ வீட்டின் கதவை திறக்கும் சத்தம் கேட்டு அறையிலிருந்து வெளியே வந்தாள்.

உள்ளே வந்த பூஜா புன்னகைத்துவிட்டு, "மாலை ஆறுமணி ஆச்சு, ஏன் யாரும் லைட் போடாம இருட்ல இருக்கீங்க", என்று அவளுக்கு தெரிந்த ஆங்கிலத்தில் சொல்ல, வள்ளி தனக்கு தெரிந்த ஆங்கிலத்தில் புரிந்துக்கொண்டு, "தூங்கிட்டேன்" என்றாள்.

அவள் கைகால்களை அலம்பிவிட்டு வந்து, சூடாக காபி போட்டாள். கொஞ்சம் வள்ளிக்கும் கொடுக்க வந்தபோதுதான் தெரிந்தது, மித்ரா தன் முகத்தை தலையணையில் புதைத்துக்கொண்டு இருக்கிறாள் என்று.

வள்ளி என்ன சொல்வது என்று புரியாமல் அமைதியாக இருந்தாள். கொஞ்ச நேரத்தில் ஜானுவும், அவளைத் தொடர்ந்து ஆஷியாவும் ரூமிற்கு வந்து சேர்ந்தார்கள்.

மதியம் சாப்பிட வந்தப்ப நல்லாதான இருந்தா என்று யோசித்துக் கொண்டவள், "மித்ராக்கு என்னாச்சுன்னு தெரியுமா வள்ளி?" என்று கேட்டாள் ஜானு.

"சின்னுகிட்ட இருந்து போன் வந்துச்சி, நல்லாதான் பேசிட்டு இருந்தா, மதியத்துக்கு அப்புறம் வந்த போன்ல சின்னு அம்மா பொண்ணு பார்க்க போனதா சொல்லி இருக்கார், பாவம் அழுது அழுது மூஞ்சே வீங்கிப்போச்சி கா, எனக்கும் என்ன சொல்லணும்னு தெரியலக்கா" என்றாள்.

"ம்ம்ம்.. இவ இங்க வந்ததே, ஊர்ல இருந்தா சொந்தக்காரங்களும், ஊர்காரங்களும் எப்ப கல்யாணம்னு தொடர்ந்து அம்மா, அப்பாவ கேட்டுட்டே இருக்காங்க, அது ரொம்ப வேதனையா இருந்துச்சின்னுதான்..."

"இருந்தாலும் பத்து வருஷம் வெய்ட் பண்றது ரொம்ப அதிகம் கா" என்றாள் வள்ளி.

அவள் காதல் மட்டுமே மெய், மற்றவை எல்லாம் மாயை என்று நினைக்கும் மித்ராவின் எண்ணம் ஈடேற வேண்டும் என்ற எண்ணத்தில் சிறிது நேரம் மௌனமாக கரைந்தது.

"அக்கா தப்பா ஏதாவது சொல்லிட்டேனா?" என்று வள்ளி கேட்க, "அப்படி எல்லாம் இல்ல, நைட்டுக்கு சின்னு போன் வந்தா எல்லாம் சரியாயிடும். வள்ளி நாளைக்கு என்கூட கிளம்பு, வேல விஷயமா ஒருத்தர பார்க்கணும்" என்றாள்.

சரிக்கா என்று தலையாட்டினாள். யாருக்கும் இரவு சாப்பாடு செய்யவும் தோணல, சாப்பிடவும் மனமில்ல. ஐந்து வாழைப்பழத்தை கீழே இருக்கும் கடையில் இருந்து வரவழைத்தார்கள்.

ஜானுவிடம் ஆஷியா, "இப்ப வேலைக்கு ஆள் எடுக்கலைன்னு சொல்லிட்டாங்க, வள்ளிக்கிட்டே சொல்லிடுங்க.. பாவம் என்னாச்சுனு காத்திட்டு இருப்பா" என்று ஹிந்தியில் சொன்னாள்.

"நானும் காலைல வேலைக்கு போறப்ப ரெண்டு மூனு பேர்கிட்ட சொல்லி இருக்கேன், பாக்கலாம், உன் குட்டிகளும், பர்தாவும் எப்படி இருக்காங்க?" என்று கேட்டாள் ஜானு ஆஷியாவிடம்.

"தெரில ஜானு, அல்லாஹ்தான் லேசாக்கணும், இப்ப புதுசா ஒரு பிரச்சனை, என் பொண்ணுக்கு சீக்கிரம் கல்யாண பண்ணச் சொல்லி மாமியார் சொல்றாங்க" என்று கஷ்டப்பட்டாள்.

"நீ என்ன சொன்ன ஆஷி?"

"அவள நல்லா படிக்க வைக்கணும், இவளோ தூரம் நான் வந்து கஷ்டப்படறது யாருக்காக ஜானு, எல்லா பொம்பள குழந்தைகளுக்கும் வாழ்க்க நினைக்கிற மாதிரி கிடைக்குதா என்ன? அப்படி கிடைச்சி இருந்தா நாம் எல்லாம் ஏன் இப்படி வந்து.." என்று முனகினாள்.

"நல்ல முடிவு ஆஷி, கண்டிப்பா நம்ம குட்டிக நல்லா இருப்பாங்க" என்றாள்.

"டைம் ஆயிடிச்சு ஜானு போன் செய்யணும், என்னாச்சி மித்ராக்கு?"

"ஒன்னுமில்ல, சின்னு போன் வந்தா சரியாயுடுவா, உனக்கு போன் செய்ய நேரமாகுது" என்று அங்கிருந்து நகர்ந்தாள்.

"பூஜா என்னுடைய பயோ-டேட்டா வேணும்னு கேட்டாங்க, அதுக்குள்ள தூங்கிட்டாங்க" என்று வள்ளி சொல்ல,

"அவளுக்கு காலைல நாலு மணிக்கு டூட்டி மாலை நாலு மணிக்குதான் வருவா" என்றாள் வள்ளி.

பனிரெண்டு மணிநேரமா?? அப்படி என்ன வேலை என்று யோசித்து ஒன்றும் கேட்காமல் 'சரிக்கா' என்றாள்.

அனைவரும் எப்பொழுதும் போல் அலைபேசியின் கதவை தன் குடும்பங்களுக்காக திறந்து கொண்டார்கள்.

வள்ளிக்கும் பிள்ளைகள் நினைவுவர, அந்த காலிங்கார்டை எடுத்து எண்களை அழுத்தியவுடன் மறுமுனையில் இருந்து, "வள்ளி, எப்படி தாயி இருக்க?"

"நான் நல்ல இருக்கேன் மா, புள்ளைங்க ஞாவகமா இருக்கு, எப்படி இருக்குங்க ரெண்டும்? உன் உடம்பு எப்படி மா இருக்கு, உங்க மூனு பேரையும் ரொம்ப தேடுது மனசு" என்றாள்.

"நாங்களும் உன்கிட்ட இருந்து எப்ப போன் வரும்னு காத்துட்டு இருந்தோம்.. உன் புள்ளைங்க எந்த தொந்தரவு பண்ணாம இருக்குதுங்க. ஆனா நம்ம ராசா பயல்தான் தூக்கத்துலகூட உன்ன கூப்பிடுது" என்று சொல்ல வள்ளிக்கு பிள்ளைகளும், அம்மாவும் அவர்கள் வயதுக்கு அதிகமாகவே துன்பப்படுகிறார்கள் என்று தோன்றியது.

"அம்மா புள்ளைங்க எங்க?"

"தோ இரு ஆத்தா.. முருகன் பசங்களோடு விளாடிக்கிட்டு இருக்குங்க" என்று சொல்லிவிட்டு "டேய், ராசா உன் அம்மா போனு டா, சீக்கிரம் ஓடியா" என்ற குரல் கண்டிப்பாக பத்து வீட்டுக்கு கேட்டு இருக்கும்.

“அம்மா, எப்படி இருக்கீங்க? நான், அக்கா, ஆயா நல்லாருக்கோம்” என்றான்.

“அம்மாவும் நல்லா இருக்கேன், ஸ்கூல்ல என்ன சொல்லி கொடுத்தாங்க? கவனமா படிக்கணும், என் செல்ல ராசா, ஆயா சொல்லறாப்ல கேக்கணும், பொழுது போய் விளாட போகக்கூடாதுனு அம்மா சொல்லி இருக்கேன்ல” என்று கொஞ்சம் கண்டிப்பையும் காட்டி, எங்க பட்டு கிட்ட குடு” என்றாள்.

“அம்மா, என் பிரெண்ட் சுஜி கிட்ட நீ துபாய் போனேனு சொன்னேனா, அவ ஸ்க்கூல்ல எல்லார்கிட்டயும் சொல்லிட்டாமா..”

சிரித்து விட்டு, “பட்டு, அம்மா நல்லா இருக்கேன், ஒழுங்கா தம்பிய உக்கார வச்சி படி என்ன, ஆயாக்கும் ஒத்தாசையா இரு” என்றாள்.

“ம்ம்.. சரிம்மா, சுஜி அவங்க மாமாவும் வெளிநாட்ல இருக்காங்களா, என்னவோ வாட்சப்னு சொன்னாம்மா, அதுல உன்னையும் பாக்க முடியுமா, ப்ளீஸ் மா உன்ன பாக்கணும் போல இருக்கு, அந்த வாட்சப் வாங்கி கொடு” என்றாள் .

“ஆயா போன்ல வராது பட்டு, கொஞ்ச நாள் பொறுத்துக்கோ மா, அம்மாவ வீடியோல பாக்கலாம்” என்றாள்.

“சீக்கிரமா பாக்கணும் மா” என்று பட்டுவின் குரல் உள்ளே போனது.

“சரி கண்ணம்மா… என்ன பண்ணலாம்னு பாக்கறேன், ஆயா கிட்ட கொடு” என்று சொல்லி அவள் அம்மாவிடம் இரண்டு வார்த்தைகள் பேசி வைத்தாள்.

"இந்த கார்டே ஜானு அக்கா கொடுத்த புண்ணியத்துல பேசிட்டு இருக்கேன், இந்த லட்சணத்துல, எப்படி பசங்களோட வீடியோ கால் பண்றது பத்தி யோசிக்கறது??? எப்படியாவது ஒரு வேல கிடைக்கணும் அய்யனாரே..." பல எண்ணங்கள் கடற்கரையை தொடும் அலைபோல மனதில் வந்துவந்து போனது. வாழ்க்கையின் இயலாமை அவளின் அன்றைய இரவை உறிஞ்சிக்கொண்டிருந்தது.

7

காலை மூன்று மணிக்கு ஹாலில் இருந்து அலாரச் சத்தம் விழித்து இருந்த வள்ளியின் காதுகளில் அதன் சத்தத்திற்கு அதிகமாகவே கேட்டது. தூக்கம் வராமல் வலதும் இடதும் மாறிமாறி சோர்ந்துபோன அவள் உடலுக்கு விழித்துக் கொள்வது சுலபமாக இருந்தது. மெதுவாக எழுந்து ஹாலில் வந்து பார்த்தாள். பூஜா குளித்துவிட்டு தன் ஷிப்ட் வேலைக்காக தயாராகிக் கொண்டிருந்தாள்.

இளஞ்சிவப்பு நிறத்தில் பூஜா அணிந்திருந்த சட்டையில் ஆர்.டி.ஏ என்ற எழுத்துக்கள் சிவப்புநூல் கொண்டு எழுதப்பட்டிருந்தது. அதன் கைகளின் நிறம் வெள்ளையாக முழுக்கை அளவு இருந்தது. பேண்ட்டும் இளஞ்சிவப்பு நிறத்தில் இருந்தது. பட்டு போன்ற கூந்தலை நன்றாகத் தூக்கி உச்சியில் குதிரை வால் போட்டாள். பார்ப்பதற்கு ரோஜாப்பூ மாதிரியே வள்ளி கண்களுக்கு தெரிந்தாள்.

"வள்ளி.. தூங்கல?" என்று ஆங்கிலத்தில் கேட்டாள், "இல்ல, வேலையப் பத்தி யோசிச்சா பயமா இருக்கு" என்று இவளுக்கு வரும் ஆங்கிலத்தில் பதில் சொன்னாள்.

"ம்ம்ம்.. ஆல் ஈஸ் வெல், கவலைப்படாத, நீ எழுந்தரிச்சதும் நல்லதா போச்சு, உன் பயோ-டேட்டா குடு.. கண்டிப்பா நானும் ட்ரை பண்றேன்" என்றாள்.

"இதோ இப்ப வரேன்..." என்றபடி உள்ளே போய் கொண்டுவந்து கொடுத்தாள். "பூஜா எங்க வேலைக்கு போறீங்க? ஷிப்ட்னா என்ன"வென்று கேட்டாள்.

“நான் டாக்சி ட்ரைவரா இருக்கேன், காலைல நான்கு மணிக்கு ஆரம்பிக்கும் வேல சாயந்தரம் நாலு மணிவர, சிலநாள்ல மாலைல நான்கு மணிக்கு ஆரம்பிச்சா, மறுநாள் காலைல நாலு மணிவரை” என்று சொன்னாள்.

“பெண் டாக்சி ட்ரைவரா?” வள்ளிக்கு ஆச்சரியமாக இருந்தது. “எப்படி பனிரெண்டு மணி நேரம் தொடர்ந்து வேல செய்றீங்க பூஜா, அதுவும் வண்டி ஓட்டுவது பெரிய கஷ்டம் இல்ல?” என்று கேட்டவளுக்கு, “கஷ்டம்தான் வள்ளி, சவாரி கிடைக்கலனா நம்ம கை காசுதான் போகும். வண்டிய பத்திரமா கவனமா ஓட்டிட்டு போகணும், இல்லனா வர்ற பைனும், நம்ம பணத்துல இருந்துதான் போகும். ரொம்ப யோசிச்சா வாழ்க்கைய எப்படி சமாளிக்கறது??”

“நீங்க சொல்லுவதும் உண்மை தான் பூஜா பத்திரம்...”

“தேங்க யூ, நீ போய் தூங்கு, நான் கிளம்பறேன்” என்று சொல்லிவிட்டு வெள்ளை நிற பூட்ஸ்களை மாட்டிக் கொண்டாள்.

மீண்டும் வள்ளியைப் போய் உறங்குமாறு சொல்லிவிட்டு கதவை மூடிக்கொண்டு வெளியே போனாள்.

அறைக்குள் போகாமல் அப்படியே ஹாலில் உட்கார்ந்து இருந்தாள். அவள் கண்களுக்கு பழைய செய்தித்தாள் கிடைத்தது. அதில் வேலைக்கான விளம்பர பக்கத்தைப் பார்த்தாள். செய்தித்தாளை புரட்டி எந்த தினத்தில் வெளிவந்தது என்று தேடினாள். மூன்று நாள் முந்தியதாக இருந்தது.

ஜாப் வேகன்ஸி என்ற பகுதியில் இருக்கும் வேலைவாய்ப்புகளை தன் நோட் புத்தகத்தில் குறித்துக் கொண்டு வந்தாள். பிளஸ் டூ படித்தவளுக்கு நினைத்த மாதிரி வேலை கிடைக்காதோ என்ற ஒரு பயம் ஒட்டிக்கொண்டது.

“இந்த ஏஜெண்ட்டுக்கு நான் என்ன துரோகம் பண்ணேன், என் வாழ்க்கையை இப்படி நாசம் பண்ணிட்டானே” என்று தன் நிலைமையை எண்ணி நொந்துக்கொண்டாள்.

“பிள்ளைகளுக்கு காசும் அனுப்ப முடியாது, பேங்க்ல இருக்கும் பத்தாயிரத்த வச்சிதான் இந்த மூனு மாசம் தள்ளணும்” என்று கவலைகள் மட்டும், ஒன்றன்பின் ஒன்றாக அவளைத் தொடர்ந்து வந்தது. இவள் இனி தூங்கமாட்டாள் என்று ஏமாந்து இரவும் சென்று கொண்டிருந்தது.

ஹாலில் இருந்த கடிகாரத்தில் சின்ன முள்ளும் பெரிய முள்ளும் ஐந்தில் ஒட்டிக் கொண்டிருந்தது. அறைக்குள் தூங்கிக் கொண்டிருக்கும் யாரோ விழித்து விட்டார்கள் என்று வந்த சத்தத்தில் வள்ளிக்கு தெரிந்தது.

வெளியே வந்த மித்ரா ஹாலில் பேப்பரோடு உட்கார்ந்து இருக்கும் வள்ளியைப் பார்த்து, “நீ தூங்காம என்ன பண்ற வள்ளி?” என்று கேட்டாள்.

“தூக்கமே வரல மித்ரா, அடுத்தது, என்ன நடக்கும்னு புரியல, என்ன நம்பி என் புள்ளைங்க இருக்காங்க” என்று கண் கலங்கினாள்.

மித்ராவுக்கும் என்ன சொல்லி சமாதானம் செய்வதென்று தெரியாமல், “கவலைப்படாத.. நானும் எதாவது வேல இருக்கானு பாக்கறேன்,

எப்படியாச்சம் நல்லது நடக்கும்'' என்று சொல்லி அவள் கைகளைப் பிடித்தாள்.

மித்ராவின் முகம் இன்னும் வீங்கித்தான் இருந்தது. காலையில் சூடாக டீயோ, காப்பியோ குடிப்பது அங்கு இருப்பவர்களுக்கு சாப்பாட்டை விட முக்கியமானது. மித்ரா அவளுக்குப் பிடித்த டீயை அனைவருக்கும் போட்டுக்கொண்டிருந்தாள். இப்பொழுது ஜானுவும் ஆஷியாவும் எழுந்து வெளியே வந்து வள்ளியை பார்த்து, இவள் இரவு முழுக்க விழித்திருந்தாள் என்று தெரிந்து கொண்டார்கள்.

மித்ரா போட்ட டீயை எல்லோரும் குடித்துக் கொண்டிருக்க, தூக்கமில்லாத வள்ளிக்கு இதமாக இருந்தது. அதிகம் யாரும் பேசிக்கொள்ளாமல் ஒவ்வொருவரின் மனங்களுக்குள் நடக்கும் அவஸ்தைகளோடு மயான அமைதியாய் கழிந்தது பொழுது.

எப்பொழுதும் போல பளிச்சென்று எல்லோரும் வேலைக்குச் செல்ல ஆயத்தமாகிக் கொண்டிருந்தார்கள். வள்ளியும் குளித்துவிட்டு, சடை போடாமல், மித்ரா சொன்னதுபோல் அந்த நாலு சின்ன முடிகளுக்கு பின் மட்டும் குத்திக் கொண்டாள். மித்ரா கொடுத்த சின்ன பர்சில் இருந்து லிப் க்ளாஸ் என்னும் லேசான உதட்டு சாயத்தையும் போட்டுக்கொண்டாள். பல சமயங்களில் பெண்களின் வலி நிறைந்த முகங்களை மறைக்கவே அழகு சாதனங்கள் கண்டுபிடித்து இருப்பார்கள் என்று வள்ளி நம்ப ஆரம்பித்தாள்.

ஜானுவோடு வள்ளி நேற்றைப் போலவே சாலையை கடந்து சென்றாள். இந்த முறை அவர்கள்

ஒரு கடைக்குச் சென்றார்கள். அந்த கடை சிறியதாக இருந்தது. ஆனால் சுத்தமாக இருந்தது. பால், தயிர், ஜூஸ், மற்றும் குளிர்பானங்கள் ஒரு பகுதியிலும், காய்கறி வேறொரு பகுதிகளிலும், சோப்பு, எண்ணெய், அழகுசாதனப் பொருட்கள் வேறுபகுதி என்று ஒவ்வொன்றும் நேர்த்தியாக அடுக்கி இருந்தது. வள்ளியின் கண்களுக்கு இட்லி மாவும் தெரிந்தது. அந்த கடைக்காரர் ஜானுவிடம் மலையாளத்தில் பேசிக்கொண்டு இருந்தார். இருவருடைய அலைபேசி எண்ணையும் கொடுத்துவிட்டு வெளியே வந்தார்கள்.

“வள்ளி, முயற்சி செய்றோம், அதற்குமேல கர்த்தாதான் இருக்கான். நல்லது நடக்கும்னு நம்பலாம்” என்றாள் ஜானு.

“அக்கா அந்த கடைக்காரர் கிட்ட ஓர் உதவி வேண்டும். எனக்காக கேட்கறீங்களா”?

“என்ன சொல்லு வள்ளி”?

“பழைய நியூஸ் பேப்பர் கிடைக்குமான்னு கேட்கணும். ரெண்டு நாள் பழசா இருந்தாலும் பரவாயில்ல”. வள்ளி எதற்கு கேட்கிறாள் என்று ஜானுவுக்கு புரிந்தது. வந்த வழியே திரும்பி அவரிடம் கேட்க, அதற்கு அவரும் ஒத்துக்கொண்டார் என்றதும் வள்ளிக்கு, தானும் முயற்சி செய்ய ஒருவழி கிடைத்து விட்டதாக நினைத்தாள்.

ஜானு அங்கிருந்து வேலைக்குச் செல்ல, வள்ளி தனியாகப் பதட்டம் இன்றி சாலையைக் கடந்து ரூமிற்கு வந்தாள். நேற்று இருந்த பதட்டம் இன்று சாலையைக் கடக்கும்போது இல்லாததை நினைத்தவள், வாழ்க்கையை விட பெரிய ஆசான் யாருமில்லை, இதையும் கடந்து செல்வோம் என்று அவளுக்கு பிடித்த வாக்கியத்தை முணுமுணுத்தாள்.

தூக்கமின்மையும், மனதின் பாரமும் உடலைச் சோர்வாக்கியது. ஒரு பாட்டிலில் நிரப்பி இருந்த தண்ணீரைக் குடித்துவிட்டு, கட்டிலில் கட்டையானாள். ஆழ்ந்த தூக்கத்தில் இருந்தவளுக்கு தூரத்தில் காலிங்பெல் சத்தம் மிகவும் சன்னமாகக் கேட்டது. மீண்டும் தன் அலைபேசி பக்கத்தில் அலறுவதைக் கேட்டு, எங்கிருக்கின்றோம், இரவா பகலா என்று எதுவும் புரியாமல், அலைபேசியை எடுத்து, "அலோ" என்றாள்.

மறுமுனையில், "வள்ளி, ஜானு பேசறேன், கதவைத்திற" என்றதும்.. அணைக்காமல், ஓடிச்சென்று கதவை திறந்தாள்.

"சாரி.. சாரி கா, என்று கண்களைத் திறக்க முடியாமல் சொன்னாள் .

"ராத்திரி தூங்காம இருந்தா, இப்படிதான் தூங்கணும், ரொம்ப பசிக்குது எனக்கு, ஒரு தாளி வாங்கிட்டு வந்து இருக்கேன், வா சாப்பிடலாம். மித்ராவும், ஆஷியாவும் வேலை முடித்து மாலையில்தான் வருவார்கள்" என்று ஜானு சொன்னாள்.

வள்ளிக்கும் நல்ல பசி, முகத்தை அலம்பிக்கொண்டு சாப்பாட்டு தட்டையும் தண்ணீரையும் கொண்டுவந்து வைத்தாள்.

கேரளத்து தாளியில் மட்ட அரி என்று சொல்லப்படும் சிவப்பு சாதம், தேங்காய் போட்ட கூட்டு, தேங்காய் போட்ட சாம்பார், கொஞ்சம் வித்யாசமான ரசம், பப்படம் என்று சொல்லப்படும் அப்பளம் மற்றும் தேங்காய போட்ட பாசிப்பருப்பு இனிப்பு இருந்தது. ரொம்ப நாளைக்குப்பின் வள்ளி

இப்படி சாப்பிடுகிறாள் என்றுதான் ஜானுவிற்கு தோன்றியது.

சாப்பிட்டு முடித்து, ஜானு வள்ளியை பார்த்து, "வள்ளி நீ எந்த மாதிரி வேலைய எதிர்பார்த்து இங்க வந்தேன்னு தெரியல, பேச்சுவாக்குலே ஒரு மாசம் முடிஞ்சிடும். ரெண்டு மாசம் விசா இருக்கு, எதுக்கு வீணாக்கணும்னு தோணுது, காலைல அந்த கடைக்கார பார்த்தோம்ல அவர் ஒரு வேலை இருக்குனு சொல்றார்" என்றாள்.

"அக்கா இப்ப என் நிலைமைக்கு என்ன வேல வேண்டுமானாலும் செய்வேன், நீங்க ஏன் இவ்ளோ யோசிக்கறீங்க? என்ன வேலைனு சொல்லுங்கக்கா" என்றாள்.

"அவருக்கு தெரிந்த ஒரு பேமலி வீட்டு வேலைக்கு ஆள் தேடறாங்களாம், அந்த பொண்ணுக்கு டெலிவரி டைம், ஏதோ பிரச்சன போல, இன்னும் ரெண்டு மாசம் பெட்லதான் இருக்கணும்னு சொல்லிட்டாங்களாம் டாக்டரம்மா. மாசம் ரெண்டாயிரம் திர்ஹாம் கொடுப்பாங்க " என்று அவள் முடிப்பதற்குள் வள்ளி கண்களில் இருந்து கண்ணீர் வடிந்தது. இருட்டான வாழ்க்கையில் ஒரு வெளிச்சம் தெரிந்தது போல இருந்தது .

"ஜானு அக்கா, இப்பவே போய் அவங்கள பார்த்து பேசலாம் வாங்க" என்று அவசரமானாள்.

8

ஜானு வள்ளியை அழைத்துகொண்டு மேலும் விவரங்களுக்கு அந்த கடைக்காரரைப் பார்க்கச் சென்றார்கள். அவர் போன் போட்டு பேசிவிட்டு, ஜானுவிடம் கொடுத்தார். அதே, அதே என்று கொஞ்சம் பேசிவிட்டு அலைபேசியை வைத்தாள் ஜானு. கடைக்காரரிடம் லொகேஷன் மேப் அனுப்பச் சொல்லி மெட்ரோ சென்றாள்.

அக்கா, மெட்ரோல போகணுமா?

"அடுத்த ஸ்டேஷன்தான் வள்ளி.. போக,வர செலவெல்லாம் பார்த்துப்பாங்க" என்றாள். 'கர்த்தரே வள்ளியைப் பார்த்து அவர்களுக்கு பிடிக்கணும்' என்று மனம் உருகி வேண்டிக்கொண்டாள்.

ஐந்து நிமிடத்தில் "அல்நாஹ்தா" என்ற அடுத்த நிறுத்தத்தில் ரயில் நிற்க இருவரும் இறங்கினார்கள். பத்து நிமிடம் நடந்து, அந்த தெருவின் முனையில் திரும்பினார்கள். ஐந்து நட்சத்திர ஓட்டல் போல் ஒரு பெரிய குடியிருப்பு வந்தது. வரவேற்பில் ஒரு கணினியில் இணைக்கப்பட்ட கேமிராக்களை பார்த்துக்கொண்டு, வெள்ளை சட்டையும், நீலநிற டையும் அணிந்திருந்த ஒருவர் தெரிந்தார். ஜானு அவரிடம், "மேத்யூ வீட்டுக்கு வந்து இருக்கோம்"னு சொன்னாள். ஒரு நோட் புத்தகத்தைக் காட்டி, பெயர், அலைபேசி எண், வீட்டு எண்ணை எழுதச் சொன்னார், வீட்டு எண் என்ற இடத்தில் 1301 என்று எழுதினாள் ஜானு.

லிப்ட்டில் நுழைந்து மொத்தம் பதினைந்து எண்கள் தெரிந்த பொத்தான்களில் பதின்மூன்று என்ற

பொத்தானை அமுக்கினாள் ஜானு. "அக்கா பதினைந்து மாடியா இது?"

"ஆமாம், இங்கு இதைவிட பெரிய கட்டிடங்கள் இருக்கு. ஒருநாள் உனக்கு ஷேக் ஜாயித் ரோடை காட்டணும்"

வள்ளி வாழ்க்கையில் முதன்முறையாக இவ்வளவு உயரமான கட்டிடத்திற்குள் வருகிறாள். இதுவே அவளுக்கு ஆச்சரியமாக இருந்தது.

லிப்டிக்குள் இருந்து வெளியே வந்து இடது பக்கம் திரும்பியவர்களின் கண்களுக்கு 1301 என்ற எண்ணை ஏந்தி நின்ற வீட்டின் கதவு தெரிந்தது. காலிங்பெல்லை அமுக்கிவிட்டு காத்திருந்தார்கள். சிலநொடிகளில் முட்டிவரை சின்ன நைட்டி போன்ற உடைய அணிந்து, சோர்ந்த கண்களோடு பெருத்த வயிற்றைப் பிடித்துக்கொண்டு ஒரு பெண் கதவைத் திறந்தாள்.

வீட்டின் ஹாலில் அடர் காப்பி கலரில் ஒரு சோபா போடப்பட்டு, அதற்கு ஏற்றாற்போல வெளிர் காபி நிறத்தில் கம்பளம் போடப்பட்டு இருந்தது. இயேசுவின் படம் நடுவில் மாட்டப்பட்டிருந்தது. ஒரு மூலையில் இருந்த சாப்பாட்டு மேஜை, சின்னப்பூ ஒன்று ஜாடியைத் தாங்கி அழகாக இருந்தது. மொத்தத்தில் அந்த வீடு நேர்த்தியாகவும் அழகாகவும் தெரிந்தது.

ஜானு, தன்னை அறிமுகம் செய்துகொண்டு, வள்ளியைப் பற்றி சொன்னாள். ஜானுவின் மலையாளம் கேட்டுப் பழகிய வள்ளிக்கு, அந்தப் பெண் பேசியதைப் புரிந்துகொள்ள முடிந்தது.

வள்ளியிடம் நேராகவே அந்தப் பெண் பேச ஆரம்பித்தாள். "காலைல ஏழு மணிக்கு வரணும்,

சமைத்து வைத்து வீட்டு வேலைகளை பார்க்கணும். சாயந்தரம் ஏழுமணிக்கு டின்னர் சமச்சிட்டு, என் வீட்டுக்கார் வந்தப்பறம் நீங்க போலாம். மாசம் இரண்டாயிரம் சம்பளம். இந்த ரெண்டு, மூனு மாசம் மட்டும் வேண்டும்'' என்று சொல்லி முடித்தாள்.

வள்ளி நிறுத்தி நிதானமாக தமிழில், ''நான் பண்றேன் மேடம், உங்க சமையல் இரண்டு நாள்ல கத்துப்பேன். ரொம்ப தேங்க்ஸ் மேடம். எப்ப இருந்து வரணும்னு சொல்லுங்க வந்துடறேன்'' என்றாள்.

''நீங்க வரேன்னு சொன்னது எனக்கு சந்தோசம், இன்னைல இருந்தே ஆரம்பிங்க, சார் சாயந்திரம் ஆபிஸ்ல இருந்து வந்ததும் போங்க''.

இருவரின் சந்தோசம் அந்த வீட்டை மட்டும் நிரப்பவில்லை, மொத்த பதினைந்து மாடி கட்டிடத்தையும் நிரப்பிவிட்டிருந்தது.

ஜானு அந்தப் பெண்ணைப் பார்த்து, ''உங்க பேர் கேட்க மறந்துட்டேன்'' என்றாள்.

''எண்ட பேரு ஸ்டெல்லா'' வேறு ஏதாவது இருந்தால் ஜானுவுக்கு போன் செய்வதாகவும் சொன்னாள்.

ஜானு விடைபெறும்போது, வள்ளியும் வரவேற்பறை வரை கீழே வந்தாள். ''வள்ளி, எனக்கு ரொம்ப சந்தோஷமா இருக்கு, வேல கிடைச்சிடுச்சி, இன்னும் ரெண்டு மாசத்ததுக்குள்ள, வேற வேல தேடிக்கலாம்'' என்றாள்.

''உங்களுக்கு நான் ரொம்ப கடம பட்டு இருக்கேன் கா'' என்று ஜானுவின் கைகளை பிடித்துக் கொண்டாள்.

“எல்லாம் கர்த்தர் பிளெஸ்ஸிங், நான் கொஞ்ச தூரத்துல இருக்கிற ரெண்டு வீட்ல வேல பண்றேன். எப்படியும் ஏழுமணி ஆயிடும், நீ வேல முடிச்சிட்டு மெட்ரோ ஸ்டேஷனுக்கு வந்திடு” என்று சொல்லி மறைந்தாள்.

லிப்ட்க்குள் சென்ற வள்ளி சரியாக பதிமூன்றை அமுக்கினாள். ஸ்டெல்லா கதவை லேசாகத் திறந்து வைத்திருக்க உள்ளே சென்று, பெருக்கித் துடைத்து முடித்தாள்.

ஹாலில் தொங்க விடப்பட்டு இருந்த கடிகாரத்தில் இருந்து சின்னக்குருவி பொம்மை ‘குக்குக்’ என்று வெளியே தலையை நீட்டிக் கத்தியது. சட்டென்று அந்த நொடி குருவியின் சத்தம் அவள் வீட்டின் அருகாமையில் இருந்த புளிய மரத்தையும், குக்கூ சத்தத்துடன் விளையாடும் ராசாவையும் நினைவுக்கு கொண்டுவர திடுக்கிட்டுப் போனாள். ஸ்டெல்லா இவளைப் பார்த்து, “வள்ளி இதுல ஒரு மணிநேரத்திற்கு ஒருமுறை இப்படி சத்தம் வரும்” என்று கடிகாரத்தை அறிமுகப்படுத்தினாள்.

குளியலறையில் வைத்திருந்த டெட்டால், ஹார்பிக் என்று அனைத்தையும் வள்ளியிடம் ஸ்டெல்லா காட்டி அதை எப்படி உபயோகிக்க வேண்டும் என்று அவள் வேலைகளைப் பற்றி சின்ன அறிமுகம் செய்து கொண்டிருந்தாள்.

“வள்ளி, காலைல வரப்ப குளியலறை செய்திடு, இப்ப வேண்டாம்” என்று சமையலறைக்கு அழைத்து சென்று அரிசி முதல் மிளகாய், உப்பு, மஞ்ச பொடி என்று அதை வைத்திருக்கும் இடங்களையும் காட்டினாள். மாலை நேரத்தில் பால்கனியில்

இருக்கும் செடிகளுக்கு தண்ணீர் ஊற்ற வேண்டும் என்று அவள் வேலையின் பட்டியல் நீண்டுகொண்டே சென்றது.

உள்ளுக்குள் அந்த வீட்டின் அழகை கண்டு வியந்து கொண்டிருந்தாலும் ஸ்டெல்லா சொல்லும் அனைத்தையும் கவனமாக மனதில் நிறுத்திக்கொண்டிருந்தாள்.

ஸ்டெல்லாவிடம் இரவு உணவிற்கு என்ன செய்யவேண்டும் என்று கேட்டு, அவள் சமைக்கும் முறையையும் கேட்டு, ஒரு தாளில் எழுதிக்கொண்டாள்.

"மேடம் நீங்க போய் உட்காருங்க, தேவைன்னா நான் கூப்பிடறேன்" என்று சொல்லி ஸ்டெல்லாவை உட்கார வைத்துவிட்டு, முதலில் குளிர்சாதனப் பெட்டியில் இருந்து காய்கறிகளை நன்றாகக் கழுவி எடுத்து, ஸ்டெல்லா சொன்னது போலவே, அந்த தாளைப் பார்த்து குருமாவை செய்து முடித்தாள். அதற்கு சப்பாத்தியையும் சுட்டு எடுத்தாள். சோபாவில் ஸ்டெல்லா கால்களை நீட்டிக்கொண்டு கண்களை மூடி இருந்ததைப் பார்த்துவிட்டு அமைதியாக அடுப்பங்கரையையும் சுத்தம் செய்துமுடிக்க, மணி ஏழாகிவிட்டிருந்தது. ஸ்டெல்லாவின் கணவர் மேத்யூ அழைப்பு மணியை அமுக்க, ஸ்டெல்லா விழித்துக்கொண்டு, மெதுவாகச் சென்று கதவைத் திறந்தாள். உள்ளே வந்தவனிடம் வள்ளியைப் பற்றி சொல்ல மேத்யூவிற்கு நிம்மதியின் பெருமூச்சு வந்தது. இனி வீட்டில் ஸ்டெல்லா தனியாக இருக்க அவசியமில்லை என்பதே அவனை ஆசுவாசப்படுத்தியது.

"மேடம், வேல முடிச்சிட்டேன். கிளம்பட்டுமா?" என்று கேட்க, "சாப்பிட்டு போ வள்ளி"

“இல்ல மேடம் இருக்கட்டும்” என்று சொல்லி விடை பெற்றாள்.

மெல்ல நடந்து அல்நாஹ்தா மெட்ரோ ஸ்டேஷன் வந்தவளுக்கு, நின்று கொண்டிருந்த ஜானு தெரிந்தாள்.

இரண்டு பேரும் அந்த ரயில் கம்பியைப் பிடித்து நின்று கொண்டிருந்தார்கள். “அக்கா ரொம்ப அழகான வீடு, இதுபோல வீட்ட படத்துலதான் பாத்து இருக்கேன்” என்றாள்.

“ஆமா வள்ளி இந்த ஏரியால பெரிய வீடுங்கதான் இருக்கு, கொஞ்சம் வசிதியானவங்க, வீட்டை ரொம்ப அலங்கரித்து வச்சிப்பாங்க, இப்ப நீ எப்படி பார்த்தியோ அப்படியே சுத்தமா வை” என்று இருவரும் பேசிக்கொண்டிருந்தார்கள்.

மெட்ரோவில் ஏறி சில நிமிடங்களில், அல்கிஸைஸ் வர இருவரும் இறங்கி நடந்தார்கள். பேச்சும் தொடர்ந்து கொண்டிருந்தது. அப்படியே இந்த நாளைக் கொண்டாட அனைவருக்கும் ஒரு சோகோ பார் ஐஸ்க்ரீம் வாங்கிக் கொண்டார்கள்.

பூஜா சமைக்கும் வாசனை லிப்ட் வரை இவர்களை வரவேற்கக் காத்துக்கொண்டிருந்தது போல இருந்தது. வெகு நாட்களுக்குப்பின் அந்த ரூமில் சின்னச்சின்ன சந்தோஷங்களும், வள்ளிக்கு கிடைத்த வேலையால், வாழ்க்கை மீது நம்பிக்கையும், இவர்களுக்கு நடுவே துளிர்த்துக் கொண்டிருந்தது.

இரவுச் சாப்பாட்டை முடித்துக்கொண்டு, ஐஸ்க்ரீமை சாப்பிட்டுவிட்டு ஏ.ஆர். ரஹ்மான் ஹிந்தி பாட்டை பூஜா போட இன்னும் இடம் அமர்க்களமானது. இதுபோன்ற சந்தோஷங்கள் எல்லாம் அத்திப்பூ போல் எப்போதாவதுதான் அங்கே மலரும்.

9

சின்னுவுடைய அழைப்பு வந்ததால் மித்ரா சகஜமான நிலைக்கு திரும்பி இருந்தாள். அவள் சந்தோஷம் அந்த இடத்தின் மூலை முடுக்குகளிலும் பரவிக்கிடந்தது.

வள்ளி தனக்கு பிடித்த பால்கனியில் நின்று, தெருவிளக்கின் பெரும் வெளிச்சத்தில் அதிராமல் செல்லும் மெட்ரோ ரயிலை பார்த்துக் கொண்டிருந்தவள் பிள்ளைகள் ஞாபகம் வர, போன் செய்தாள்.

இந்த முறை வழக்கத்திற்கு மாறாக, பட்டு போனை எடுத்தாள். "அம்மா, எப்படி இருக்கீங்க?"

"நான் நல்லா இருக்கேன் பட்டு, நீ ஸ்கூல் போகல?"

"இல்லமா, ஆயாக்கு ஜுரம், அதான் இன்னைக்கு வீட்ல இருந்துட்டேன்".

"என்னாச்சு, ஆயா எங்க? ராஜா என்ன பன்றான்"

"ஆயா தூங்கிட்டு இருக்காங்க. ராஜா ஸ்கூல் போய்ட்டான் மா" இருவரும் பேசிக்கொண்டிருக்கும் போதே வள்ளியின் அம்மா தூக்கத்தில் இருந்து எழுந்தாள்.

"இங்க குடுடி பட்டு, அம்மா தான?" என்று கேட்க பட்டு பாட்டியிடம் அலைபேசியைக் கொடுத்தாள்.

"சொல்லுடி மா. எப்படி இருக்க?"

"நான் நல்லாதான் இருக்கேன், உங்களுக்கு என்ன ஆச்சு? டாக்டர் கிட்ட போனீங்களா?"

“ஒன்னும் இல்ல நேத்தி பேதிக்கு வாங்கனேன், அதான் இன்னைக்கு முடில. இப்ப தூங்கி எழுஞ்சப்பறம் பரவா இல்ல. நீ பயப்படாத”

“என்னவோ மா, எதுக்கு இன்னும் பேதி, கீதினு வாங்கிட்டு, திருக்கோவிலூர்ல இருக்க அக்பர் அலி டாக்டர் கிட்ட போ மா. எல்லாம் சரி ஆகிவிடும்” மேலும் சிறிது நேரம் இருவரிடமும் பேசிவிட்டு அலைபேசியைத் துண்டித்தாள்.

இரண்டு மாதத்திற்கு மட்டும்தான் இந்த வேலை என்று மூளை அவ்வப்போது படபடத்துக் கொண்டிருந்தது. இருந்தாலும் இப்போதைக்கு நிலைமை நேற்றைவிட நல்லதாக இருக்கின்றது என்று ஆசுவாசமானாள்.

ஆஷியா எப்பொழுதும் போல் கண்களை மூடிக்கொண்டிருக்கும் கணவனிடத்தில் இன்று நடந்ததை எல்லாம் சொல்லிக்கொண்டு இருந்தாள். மித்ராவும் சின்னுவும் இன்னொரு லைலா மஜ்னுவாக மாறி இருந்தார்கள். ஜானுவும் புதிதாக மணமுடிந்த தன் மகளிடம் பேசிக்கொண்டிருந்தாள்.

பூஜா காலையில் சீக்கிரம் கிளம்ப வேண்டும் என்பதால் ஹாலில் இருக்கும் லைட்டையும், பாட்டையும் அணைத்துவிட்டு உறங்க சென்றாள். அவளைத் தொடர்ந்து அனைவரும் உறங்கிப் போனார்கள்.

ஆஷியா தொழுவதற்கு எழும்போதே, எப்பொழுது விடியும் என்று புதிய நாளுக்காக காத்துக்கொண்டிருந்த வள்ளியும் தூக்கத்தைக் கலைத்தாள்.

குளித்துவிட்டு, எல்லோருக்காகவும் டீயைப் போட்டாள். இரண்டு பிஸ்கெட்டுகளை டீயில்

நனைத்துச் சாப்பிட்டுவிட்டு, நீலநிறச் சுடிதாரை அணிந்து, மித்ரா சொன்ன அனைத்தும் நினைவில் வர, எல்லாவற்றையும் செய்துகொண்டு வள்ளி கிளம்பினாள். மித்ரா அவள் உதட்டுக்கு லிப்க்ளாஸ் போடச்சொல்லி கைகளால் காட்ட, அதையும் லேசாக பூசிக்கொண்டு, தயாராகி ஜானுவோடு கிளம்பினாள்.

போகும் வழியில், அந்தக் கடைக்குச் சென்று இருவரும் நன்றியைச் சொல்லிவிட்டு திரும்ப, கடைக்காரர் வள்ளி கையில் நேற்றைய செய்தித்தாள்களைக் கொடுத்தார். "ரொம்ப தேங்க்ஸ்ணா" என்று சொல்லிவிட்டு மெட்ரோவை அடைந்தார்கள்.

"அக்கா, இரண்டாயிரம் திர்ஹாம்லாம் கிடைக்கும்னு நினைக்கவே இல்ல, இன்னைக்கு புதுசா ஒரு தெம்பு வந்து இருக்கு" என்று சிலாகித்துப் போனாள் வள்ளி.

"வள்ளி, இந்த பணத்துக்காகதான குட்டிகளையும் விட்டுட்டு, யாரும் தெரியாத ஊர்ல இருக்கோம், உனக்கு இவ்வளவு சீக்கிரம் கடவுள் லேசாக்கிட்டான். ஸ்டெல்லா மேடம் ரொம்ப நல்லவங்களாம், கடைக்காரர் சொல்லிட்டு இருந்தார்"

ரயில் வர, சீக்கிரமாக இருவரும் ஏறிக்கொண்டார்கள். கொஞ்சம் நெரிசல் இருந்ததால் பேசிக்கொள்ளவில்லை.

அல்நாஹ்தா ஸ்டேஷன் வருவதாக தலைக்கு மேல் இருந்த ஸ்பீக்கரில் இவர்களுக்காகவே சொல்வது போல் இருந்தது.

ரயிலின் கதவு திறந்தவுடன் இருவரும் எதிர்திசை நோக்கி நடந்து சென்றார்கள். வள்ளியின் வருகைக்காக

ஸ்டெல்லா காத்துக்கொண்டிருந்தாள். வள்ளி உள்ளே நுழைந்தவுடன் கை கால்களை அலம்பிக்கொண்டு, முதலில் டீயை போட்டுக் கொடுத்து மற்ற வேலைகளைத் தொடர்ந்தாள்.

ஸ்டெல்லா வள்ளியிடம் "நேத்தி வச்ச குருமாவும், சப்பாத்தியும் நல்லா இருந்தது" என்று சொல்ல, வள்ளி சின்னதாகச் சிரித்தாள்.

தன்னால் முடிந்த அளவு அவள் சொல்லும் வேலைகளைக் கச்சிதமாகச் செய்து முடித்தாள். ஸ்டெல்லா ஹாலில் இருக்கும் சின்னக்கட்டிலில் படுத்துக்கொண்டே, வள்ளியிடம் பேச்சுக்கொடுத்தாள். அவள் பிள்ளைகளைப் பற்றி கேட்டுக்கொண்டாள். அவள் கேட்கும் கேள்விகளுக்கு பதில் சொல்லிக் கொண்டே வள்ளியும் வேலைகளைத் தொடர்ந்தாள்.

இரவு ஸ்டெல்லாவின் கணவர் வீட்டுக்கு வந்தவுடன் வள்ளி கிளம்பி, மெட்ரோ ஸ்டேஷனில் வந்து ஜானுவுக்காகக் காத்துக் கொண்டிருந்தாள். ஆனால் ஜானு எங்கும் இல்லை, இரண்டு, மூன்று முறை அலைபேசியில் அழைத்தபின், ஜானு போன் எடுத்து "வள்ளி, எனக்கு லேட்டாகும், நீ எடிசலாட் போகும் ட்ரைன்ல ஏறு, அடுத்த ஸ்டேஷன் நம்மளுது, பத்ரம்.. வீட்டுக்கு வந்து பேசறேன் பை" என்று இணைப்பைத் துண்டித்தாள்.

இப்பவே மணி எட்டு, ஏன் அக்காக்கு லேட்டாகுது? என்ற யோசனையில் ரயிலில் ஏறி அல்கிஸைசில் இறங்கினாள். உடம்பு அடித்துப்போட்ட மாதிரி இருந்தது. தன்னையே இழுத்துக்கொண்டு ரூமுக்கு போனாள். குளித்துவிட்டு நைட்டிக்கு மாறின பின்புதான் உடம்பு லேசானது போல் தெரிந்தது.

நேற்று இருந்த கலகலப்பு இல்லாமல் களையிழந்து இருந்த அறை அவளுக்கு இறுக்கத்தை கொடுத்தது. ஒருபுறம் மித்ரா சின்னுவிடம் எதற்கோ கெஞ்சிக்கொண்டு இருந்தாள். அவள் முகமும் இறுக்கமாக இருந்தது.

ஆஷியா நாத்தனார் வீட்டுக்காரருக்கு விபத்து என்று கேள்விப்பட்டு அவள் மிகவும் பதட்டமாக இருந்தாள். அலைபேசியில் யாரையோ தொடர்ந்து அழைத்துக் கொண்டிருந்தாள். பூஜாவும் ஆஷியாவிற்காக அவள் அலைபேசியில் இருந்து டிராவல் ஏஜெண்டிடம் பேசிக் கொண்டிருந்தாள். ஜானு வீட்டுக்கு வர ஒன்பது ஆகிவிட்டு இருந்தது. அங்கு இருந்த பதட்டமான சூழல் அவளையும் இழுத்துக்கொண்டது.

"நாளைக்கு மதியம் பிளைட் இருக்காம் ஆஷியா" என்று பூஜா சொல்ல, "இப்ப ஒன்னும் பண்ண முடியாது பூஜா, ஆபிஸ்ல இருக்கற மேனேஜருக்கு போன் போட்டா எடுக்க மாட்றாரு, எச்.ஆர் கிட்ட பேசினா வேலைல சேர்ந்து வருஷம் ஆகல எப்படினு கேக்கறா, பாஸ்போர்ட்டும் ஆபிஸ்லதான் இருக்கு" என்று கலங்கிப் போனாள்.

"ஏன் ஆஷியா, நிலம மோசமா இருக்கா? அங்க எல்லாம் இருக்காங்கள்ள.. பார்த்துப்பாங்க அவசரம்னா யோசி" என்று ஜானு சொன்னாள்.

"தெரில ஜானு, மாமியார் ரொம்ப அழறாங்க, இப்ப ஐ.சி.யூல இருக்காராம். நாத்தனாரும் ரெண்டு சின்ன கொழந்தைகளை வச்சிக்கிட்டு இருக்கு, மனசு பாரமா இருக்கு, போனா நல்லா இருக்கும்னு மனசுக்கு தோணுது".

மீண்டும் ஏதோ போன் வர, ஆஷியா ஓடிச்சென்று அலைபேசியை எடுத்தாள். "ஹலோ.." என்று மட்டும் சொல்லி அப்படியே நின்றவள் கண்களில் இருந்து துயரம் கண்ணீராக வந்தது.

மித்ரா உட்பட அனைவரும் அவள் அருகில் நின்றுக்கொண்டிருந்தார்கள். அலைபேசியை வைத்துவிட்டு துடித்து அழுதாள். அவள் நாத்தனாரின் கணவர் இறந்துவிட்டார் என்ற மனநிலை அவளை துயரத்தின் ஆழத்துக்கு இழுத்துச் சென்றது. அவளைத் தேற்ற முடியாமல் அனைவரும் இயலாமையில் இருந்தார்கள். விடியவிடிய அவள் அலைபேசியில் அழுதுகொண்டும், புலம்பிக்கொண்டும் இருந்தாள். மறுநாள் மற்றவர்களும் தூங்கியும், தூங்காமலும் பாரமான மனதுடன் வேலைக்கு கிளம்பினார்கள்.

ஜானுவிடம் "அக்கா நேத்தி என்னாச்சி? ஏன் இவ்வளவு லேட்?" என்று வள்ளி கேட்டாள்.

""ம்ம்ம்"" என்று பெருமூச்சுடன் அரம்பித்தாள், "பஞ்சாபி வீட்டுக்காரம்மா கொஞ்சம் முசுடு, அப்பப்ப என்ன இப்படி வேல வாங்கி, அவங்க எரிச்சல தீர்த்துப்பாங்க, நேத்து யார்மேல கோவமோ? என்ன வேல வாங்கி மனச ஆத்திக்கிட்டாங்க" என்று அவள் சொல்லும்போது வலிகளை மறைத்து வாழும் ஜானுவின் கண்களைப் பார்த்தாள்.

வள்ளி அதற்கு மேல் எதுவும் கேட்காமல் அமைதியானாள். இன்று அடுத்த ஸ்டேஷன் என்று ஸ்பீக்கர் சத்தத்திற்கு முன்னே இவர்கள் இறங்கத் தயாரானார்கள்.

ஸ்டெல்லா வீட்டிற்குச் சென்று அவளுக்குத் தேவையானதைச் செய்து மாலை ஏழு மணிவரை

இருந்து வேலைகளை முடித்தவள், ஜானு இருப்பாளோ, இல்லையோ என்ற சந்தேகத்துடன் ஸ்டேஷன் வந்தாள். ஜானு கண்களில் பட அவளுக்கு மனசு ஆசுவாசமானது.

இருவரும் ஆஷியாவைப் பற்றி பேசிக்கொண்டு வீடு வந்தார்கள். இன்னும் ஆஷியா அழுதழுது சோர்ந்துபோன கண்களுடன் உட்கார்ந்து கொண்டிருந்தாள்.

"என்ன சொன்னாங்க ஆஷி?" என்று ஜானு கேட்க, "ஆபிஸ்ல விடல ஜானு, போறதா இருந்தா வேலையை விட்டுட்டு போன்னு சொல்லிட்டாங்க" என்று கலங்கினாள்.

"இப்படியுமா ஈவு இரக்கம் இல்லாம இருப்பாங்க?" என்றாள் வள்ளி.

"இங்க வேலைக்கு வந்தவங்க இதெல்லாம் எதிர்பார்க்க முடியாது வள்ளி". என்று சொல்லிவிட்டு ஜானு தொடர்ந்தாள். "இப்ப என்ன செய்யப்போற ஆஷி?"

"மனச கல்லாக்கிட்டு இருக்கணும் ஜானு, இப்ப அந்த குழந்தைகள கூட்டிட்டு, நாத்தனார் நாற்பது நாள் கழிச்சி வந்திடுவானு மாமியார் சொன்னாங்க" என்று முடித்தாள்.

"ம்ம்ம்... என்ன சொல்றதுனு தெரியல ஆஷி, ஏதாச்சும் சாப்டியா?" என்று கேட்டதற்கு இல்லை என்று தலையை அசைத்தாள்.

வாங்கி வந்திருந்த இட்லி மாவில் தோசை ஊற்றி, தேங்காய் சட்னி வைத்து வள்ளி கொண்டுவந்து கொடுத்தாள்.

அந்த வலியிலும் ஆஷி மெதுவாக விழுங்க முடியாமல் சாப்பிட்டது அவளுக்காக இல்லை, அவளை நம்பி இருக்கும் ஜீவன்களோடு, வரப்போகும் மூன்று பேருக்கும் சேர்த்து என்று வள்ளிக்குத் தோன்றியது.

வள்ளியும் ஜானுவும் பால்கனியில் நின்றுகொண்டிருந்தார்கள். மெதுவாக வந்த மித்ரா ஜானுவின் தோள்கள் மீது சாய்ந்தாள்.

"சண்டையெல்லாம் தீர்ந்ததா" என்று ஜானு கேட்க, ஒன்றும் சொல்லாமல் மௌனமாகச் சில நொடிகளைக் கடத்தி, "தெரியல சேச்சி" என்று மீண்டும் அமைதியானாள்.

இந்த மௌனத்திற்கு பின் என்னவென்றே சொல்லத் தெரியாமல் இதற்குமேல் எதுவும் கேட்கும் மனநிலையும் இல்லாமல் ஜானுவும் அமைதியாக இருந்தாள். பக்கத்தில் இருந்த வேப்பமரத்தின் காற்று மட்டும் அவர்கள் இருவரையும் வருடிக் கொடுத்துக்கொண்டிருந்தது.

ஆஷியாவோடு கொஞ்ச நேரம் கழித்துவிட்டு, அனைவரும் அவர்கள் கூடாரமான கட்டிலுக்குச் சென்றுவிட்டார்கள். துபாய் என்ற ஆடம்பரமான ஊரின் வெளிச்சத்திற்குள் இந்த இரவில் எத்தனை கட்டில்களில், எத்தனை கண்கள் கண்ணீரை விட்டுக்கொண்டிருக்கின்றதோ என்ற எண்ணம் வள்ளியின் சுமையை அதிகரித்தது. சொல்ல முடியாத களைப்பு அனைவருடைய கண்களையும் தானாக மூட வைத்தது.

இது போன்ற நாட்கள் வாரமாக வளர்ந்து இருக்க ஒவ்வொருவரும் தங்கள் கவலைகளை கட்டிலிலே

கட்டிவைத்து விட்டு வேலைக்கு சென்று கொண்டிருந்தார்கள். வள்ளி தொடர்ந்து ஒவ்வொரு இரவும் செய்தித்தாள்களுக்கு கண்களை தாரைவார்த்துக் கொடுத்திருந்தாள். ஆனால் எங்கு இருந்தும் வேலைக்கான ஓர் அழைப்பும் இல்லாமல் நாட்கள் செல்லச்செல்ல பாரமான இதயத்தில் படபடப்பு பிடித்துக்கொண்டது.

10

மித்ராவும் கலகலப்பு குறைந்து சோர்ந்து போய் இருந்தாள் என்று சொல்வதைக் காட்டிலும் தேய்ந்துகொண்டு இருந்தாள். இத்தனை வருடங்கள் சின்னுவைச் சுற்றியே சிலந்தி வலை பின்னியது போல் தன் வாழ்க்கையை அமைத்து இருந்தாள். வீட்டாரை சமாதானப்படுத்தி, இவர்களோடு சேர்த்து அவர்களும் காத்துக்கொண்டிருக்கிறார்கள். காத்திருந்து கிடைக்கும் எதற்குமே பெருமை அதிகம் என்று நம்பி இருந்த மித்ராவிற்கு சின்னுவிடம் இருந்து வந்த அழைப்பு எல்லாவற்றையும் பொய்யாக்கியது.

"மித்ரா.. அம்மாவுக்காக மட்டும்தான் இப்பத்திக்கு ஒத்துக்கிட்டேன்" என்று அவன் சொன்னது அவள் உலகத்தையே தலைகீழாக மாற்றி இருந்தது.

"நீ சொன்ன ஒரே வார்த்தைக்காக யாரும் தெரியாத ஊர்ல, அம்மா அப்பாவ விட்டுட்டு உனக்காக இத்தனை வருஷமா காத்துட்டு இருக்கேன் சின்னு" என்று கதறிக்கொண்டு இருப்பது அறையில் உள்ளவர்களின் காதுகளில் விழுந்தது.

சின்னுவிடம் அவள் கொஞ்சுவதைவிட கெஞ்சுவது அதிகமாகிக் கொண்டிருந்த நாட்களில் மித்ராவின் கண்கள் அதிகமாகவே சின்னதாகத் தெரிய ஆரம்பித்தது.

அப்படித்தான் அன்று மாலை அனைவரும் வேலைகளை முடித்துவந்து சமைத்துக் கொண்டிருந்தார்கள். வேலைகளுக்கும் விசனங்களுக்கும் நடுவில் சாப்பிட்டே ஆகவேண்டும் என்ற

கட்டாயத்திற்கு இரவில் மட்டும் சமைப்பது விதியாகிப் போனது.

அப்படி ஒருநாளில் அவர்கள் அனைவரும் சேர்ந்து சமைப்பதிலும் சுத்தம் செய்வதிலும் மும்மரமாக இருந்தார்கள். வேலைகளை முடித்துக்கொண்டு மறுநாளுக்குத் தேவையான மதிய உணவை மித்ராவும், ஆஷியாவும் பேக் செய்து குளிர்சாதன பெட்டிக்குள் வைத்தார்கள். பூஜாவின் ஷிப்டும் மாறி இருந்தது. மாலை நான்கு மணி முதல் விடியற்காலை நான்கு மணி வரை வேலை இருந்தது.

திடீரென்று இரவு பதினோரு மணிக்கு ஜானுவின் அலைபேசி அலறியது. என்னவென்று அவசரமாக எடுத்து ஹலோ என்று சொல்ல, மறுமுனையில் "ஹலோ, ஜானுவா"? என்று மலையாளத்தில் ஒரு பெண்ணின் குரல் கேட்டது. "அதே அதே, ஆரு?" என்று ஜானு கேட்டாள்.

தன்னுடைய பெயர் சல்மா என்றும் பூஜாவுடன் வேலை செய்வதாகவும் சொன்னாள். பூஜாவிற்கு சின்ன விபத்து, அவளை ராஷித் மருத்துவமனைக்கு அழைத்துக்கொண்டு போய் இருப்பதாக முடித்தாள்.

"இப்ப எப்படி இருக்கா?" ஜானு பதட்டமானாள்.

"உயிருக்கு ஆபத்து இல்ல" என்று பதில் வந்ததே ஆறுதலாக இருந்தது. சல்மாவை பூஜாவுடன் இருக்க அவர்கள் அலுவலகம் அனுமதி கொடுத்திருந்ததால் ஜானு கொஞ்சம் ஆசுவாசமானாள். இதற்கு மேல் உறங்குவது இயலாத ஒன்றாகிப் போனது. ஜானுவின் பதட்டமாக பேசும் சத்தம் கேட்டு, மற்றவர்களும் விழித்துக் கொண்டார்கள். "என்னாச்சு ஜானு யாரு

போன்?" ஆஷியாவும் மித்ராவும் கேட்டுக் கொண்டிருக்கும் போதே வள்ளி குழப்பத்துடன் எழுந்து வந்தாள்.

"பூஜாவுக்கு ஆக்சிடண்ட்..."

"ஹ்ம்ம்ம்.... எத்தனைப் பிரச்சினைகளைத்தான் தாங்க முடியும்?" ஜானு தலையில் கை வைத்துக்கொண்டு உட்கார்ந்தாள்.

"அய்யோ என்ன சொல்ற ஜானு? இப்ப நம்ம என்ன செய்யணும்?" ஆஷியா கேட்க, "இப்ப கிளம்பி போலாமா?" மித்ரா கலங்கினாள்.

"இல்ல இப்ப அவ ஐசியூல இருப்பதால், இந்த நேரத்துக்கு போக முடியாது" என்றாள் ஜானு.

இறைவனின் மீது இருக்கும் நம்பிக்கைக்கு, பொறுமை மட்டும்தான் பதிலா என்ற அழுத்தம் அவர்கள் இரவை மேலும் இருட்டாக்கியது .

பூஜாவை முதன்முதலில் பார்த்த நாள் ஜானு கண்முன் விரிந்தது. ஜானு டேக்சிக்காக காத்துக் கொண்டிருந்தாள். எந்த டாக்சியும் நிற்கவில்லை. மஞ்சள் நிறத்தில், சில இடங்களில் வெளிர் ரோஜாப்பூ நிறத்தில் பெயிண்ட் செய்யப்பட்ட டாக்சி திடீரென்று வந்து நின்றது. உள்ளே பெண் ஓட்டுநரைப் பார்த்தவுடன் ஜானுவிற்கு ஆச்சரியமாக இருந்தது. பெண் டாக்சி ஓட்டுநர் இருப்பது தெரிந்த விஷயம் தான். ஆனால் பயணம் செய்வது அன்றுதான் முதல் அனுபவம்.. ட்ரைவர் உடையில் பேண்ட், சட்டை அணிந்து இருந்தாள். பறந்து விரிந்த துபாய் சாலையில் அலுங்காமல் குலுங்காமல் அவள் அனாயாசமாக வண்டி ஓட்டுவதை, வைத்த கண் வாங்காமல், ஜானு பார்த்துக் கொண்டிருந்தாள்.

இருவரும் நீண்ட நாள் பழக்கமானவர்களைப் போல் பேச ஆரம்பிக்க, பூஜா புதிதாக தங்குமிடம் தேடிக்கொண்டிருக்கும் விசயம் தெரிந்தது. அதே நேரத்தில் ஜானுவின் அறையில் ஒரு படுக்கை காலியாக இருப்பதை அவள் தெரிவிக்க, மறுநாளே அறைக்கு வந்த பூஜா பிடித்துப்போய் விரைவில் அங்கு குடியேறினாள்.

ஒரு சிறு புன்னகை எப்பொழுதும் அவள் உதட்டில் ஒட்டியபடியே இருக்கும். 12 மணி நேர வேலை என்பதால் எப்பொழுதும் தான் உண்டு தன் வேலை உண்டு என்றிருப்பவள். ஒரு போதும் அவளுக்கு வாழ்க்கை மீது குறைகளோ சலிப்போ இருந்ததே இல்லை.

வேலை முடித்து வந்தவுடன் சூடான காபியோ, டீயோ வேண்டும். தூங்கும்போது கண்டிப்பாக ஹிந்திப் பாடல்கள் முஹம்மத் ரபியில் ஆரம்பித்து ஏ.ஆர்.ரகுமான் வரை இவளுக்காகப் பாடிக்கொண்டு இருக்க வேண்டும்.

சிலமுறை அவளது அண்ணன் அழைப்பதுண்டு. கல்யாணம் முடிந்து பிள்ளை பேறு இல்லாததால், மாமியார் அவள் கணவனுக்கு இரண்டாவது திருமணம் நடத்திவைத்து விட்டாள். யாருக்கும் பாரமாக இருக்க வேண்டாம் என்று தெரிந்தவர்கள் இல்லாத இடம் தேடி துபாய் வந்தாள். விடுமுறை நாட்களில் சுயஉதவிக் குழுக்களோடு சேர்ந்து லேபர் கேம்பிற்கு சென்றுவருவாள். யாரிடமும் அண்டி இல்லாமல் வாழும் வாழ்க்கை அவளுக்கு முழு சுதந்திரமாக இருந்திருக்க வேண்டும். இவள் வெறுமையை, உறவுகளின் வலிகளை மென்று விழுங்கவே தன்னை எப்பொழுதும் பரபரப்பாக இயக்கிக் கொண்டாள்.

கடிகாரத்தோடு சுழலும் வாழ்க்கையில் வலிகளை அனுபவிக்கவும், அவகாசம் இல்லை என்பது போல் மறுநாள் அவள் நினைவுகளைச் சுமந்து வேலைக்குச் செல்ல அனைவரும் தயாரானார்கள்.

"மாலை ஏழு மணிக்கு வர முயற்சி செய்யுங்க, ஆஸ்பிட்டல் போய் பார்த்துட்டு வந்திடலாம்" என்று ஜானு மற்றவர்களிடம் சொன்னாள்.

அனைவரும் அவரவர்கள் அலுவலகத்திற்கு பக்கத்தில் இருக்கும் மெட்ரோவிற்கு வருவதாகச் சொல்லி சென்றார்கள்.

வள்ளியும் ஜானுவும் வேலைகளை முடித்துக்கொண்டு அல் நாஹ்தா ஸ்டேஷனில் இருந்து யூனியன் ஸ்டேஷன் அடைந்தார்கள். ஆஷியாவும் மித்ராவும் நடுவில் வந்த ஸ்டேஷனில் ஏறிக்கொள்ள, ராஷித் ஆஸ்பிடலில் பூஜா இருக்கும் இடம்தேடி அனைவரும் சென்றனர். சல்மாதான் பூஜா அருகில் இருந்தாள். அனைவரும் ஒன்றாகச் செல்ல அனுமதி கிடைக்காததால் இரண்டு இரண்டு பேராகச் சென்று பார்த்தார்கள். அவளுக்கு வலி மாத்திரைகளும் ஊசிகளும் கொடுத்து இருந்ததால் ஆழ்ந்த உறக்கத்தில் இருந்தாள்.

ஜானுவும் வள்ளியும் சென்றபோது, பூஜா கொஞ்சம் லேசாகக் கண்களைத் திறந்தாள். முணுமுணுப்புடன் ஜானுவிடம் எதையோ சொல்ல முயற்சித்தாள். இரண்டு வார்த்தைகள் மட்டும் பேச முடிந்தது..

"இப்ப எப்படி இருக்க பூஜா? நாங்க வீட்டுக்கு போன் போட்டு சொல்லட்டுமா?" வேண்டாம் என்பதைப் போல் தலையை மட்டும் அசைத்தாள். "தலை ரொம்ப வலிக்குது" என்று மட்டும்

மெல்லமாக அவள் வாயில் இருந்து கிளம்பியது. மீண்டும் கண்களை மூடிக் கொண்டு உறங்கிப் போனாள்.

ஜானுவுக்கும் வள்ளிக்கும் பூஜாவை அப்படிப் பார்க்க முடியவில்லை.

"கழுத்தில் நல்ல அடி, வெளிக்காயம் அதிகம் இல்ல, ஆனால் உள் காயம் எந்தளவுனு எம்.ஆர்.ஐ எடுத்தாதான் தெரியும்னு சொன்னாங்க" என்று வெளியே வந்தவர்களிடம் சல்மா சொன்னாள்.

அவளிடம் இருந்து விடைபெற்று நான்கு பேரும் வீடு வந்தார்கள். இதற்கு மேல் சமைக்கக் கடினம் என்று ஒரு வாழைப்பழத்துடன் இரவு உணவை முடித்துக்கொள்ள, அந்த இரவும் கடந்தது.

11

வள்ளி வேலைக்குச் சேர்ந்து ஒரு மாதமானது. எல்லா வேலைகளையும் நேர்த்தியாக செய்யும் சுபாவம் ஸ்டெல்லாவிற்கு பிடித்து இருந்தது.

அன்று மாலை எப்பொழுதும் போல் வேலை முடித்துக்கொண்டு கிளம்பத் தயாரானாள். "வள்ளி ஒரு நிமிடம் இரு வந்துடறேன்" என்று சொல்லி ஸ்டெல்லா உள்ளே சென்றாள்.

வள்ளியின் கையில் ஒரு மஞ்சள்நிறக் கவரை ஸ்டெல்லா கொடுத்தாள். வள்ளி அதை வாங்கி கண்களில் ஒற்றிக்கொண்டாள்.

"ரொம்ப தேங்க்ஸ் மேடம்"

வள்ளியின் மகிழ்வான முகத்தைப் பார்த்து ஸ்டெல்லாவும் சந்தோஷமானாள். எப்பொழுதும் இல்லாத வேக நடையுடன் வள்ளி ஸ்டேஷனை அடைந்தாள். அவள் கண்கள் எங்கு தேடியும் ஜானுவை காணவில்லை. அவள் அவரசரத்துக்கு இது ஏமாற்றமாக இருந்தது.

ஜானுவிற்கு போன் செய்து, "அக்கா, எப்ப வருவீங்க?"

"கொஞ்சம் லேட் ஆகும் வள்ளி"

"எவ்வளவு நேரமானாலும் நான் ஸ்டேஷனில் வெயிட் பன்றேன் கா" என்று சொல்லிவிட்டு அங்கு இருந்த பெஞ்சில் அமர்ந்தாள். கிடைத்த பணத்திற்கான கணக்குகளை மனதில் போட்டுக்கொண்டு இருந்தாள்.

ஒன்பது மணி பதினைந்து நிமிடங்கள் கடந்த அந்த நொடியில் ஜானு வந்தாள். "அக்கா, சம்பளம் கிடைச்சிடுச்சி" என்று சொல்லி ஜானு கையில் மஞ்சள்நிறக் கவரைக் கொடுத்தாள்.

"வள்ளி கடவுள் நம்ம பிரார்த்தனையை கேட்டுட்டான். நீ பட்ட கஷ்டமெல்லாம் இனி இல்லாமல் போகும். நீ சந்தோஷமா இருக்க கர்த்தர் உன்கூட இருப்பர்" என்று சொல்லி அவளிடம் அந்தக் கவரைக் கொடுத்து அணைத்துக் கொண்டாள்.

ரூமிற்கு வந்தவுடன் வள்ளி கை, கால் அலம்பிக்கொண்டு அய்யனார் போட்டோவுக்கு முன் சம்பளத்தை வைத்தாள்.

"அக்கா சாப்பாட்டுக்கு காசு" என்று கொடுத்தாள்.

யாரிடமும் கடன்படாத உணர்வு கொடுக்கும் நிம்மதி வேறு எதிலும் இல்லை. ஜானுவிற்காக மட்டுமல்ல, அவளது வரப்போகும் தலைமுறைக்கும் சேர்த்து மனதில் இருந்து வேண்டிக்கொண்டாள் வள்ளி.

ஆஷியாவுக்கு அவளின் நாத்தனார் குழந்தைகளையும் படிக்க வைக்க வேண்டிய பொறுப்பு வந்தது. அவள் ஓவர்டைம் வேலைக்கு போக ஆரம்பித்து இருந்தாள். அதனால் தாமதமாக வருவது வழக்கமாகி விட்டிருந்தது.

மித்ராவும் சின்னுவும் கொஞ்ச நாளாக சரியாகப் பேசத் தொடங்கியிருந்தார்கள். எதிர்பார்ப்பு, ஏமாற்றங்கள் என்று வாழ்க்கை அவர்களுடன் சுழன்று கொண்டிருந்தது.

மருத்துவமனைக்கு சென்ற ஜானுவுக்கும்

வள்ளிக்கும் பூஜா காய்ந்து போன ரோஜா மலராகத் தெரிந்தாள். பூஜாவின் மூளைக்குள் சிறிது இரத்தக்கசிவு நடந்து இருக்கிறது என்று தெரிந்தது. இதைக் கண்டுபிடிக்கவே ஒரு வாரம் கடந்து இருந்தது. இந்த முறையும் பூஜா கண்களைத் திறக்கவில்லை. சல்மா வேலைக்கு போய்விட்டிருந்தாள்.

லட்சங்களில் செலவாகும் என்ற வருத்தம் ஜானுவுக்கு வந்தது. இரண்டு வருடங்களாக எந்த விடுமுறையும் எடுக்காமல் இருந்ததால் பூஜா அலுவலகம் அவளுக்கான கொஞ்ச செலவுகளை ஏற்றுக்கொண்டது சல்மா மூலமாக தெரிய வந்தது. ஆனால் ஒரு பதட்டம் ஜானுவுக்கு இருந்து கொண்டு இருந்தது.

செவிலியர்கள் பூஜாவைப் பார்த்துக் கொண்டார்கள். துபாயில் இருக்கும் முக்கால்வாசி மருத்துவமனைகளில் மலையாளச் செவலியர்களாக இருப்பார்கள். அப்படித்தான் இந்த மருத்துவமனையிலும் இருந்தார்கள். ஜானு மலையாளத்தில் பேசி பூஜாவின் நிலையை அறிந்தாள். பூஜாவின் மூளை கொஞ்சம் கொஞ்சமாக வேலை செய்யும் திறனை இழந்துகொண்டிருக்கிறது என்ற தகவல் ஜானுவுக்கும் வள்ளிக்கும் தாங்க முடியாத வலியைக் கொடுத்தது.

“ரொம்ப செலவாகுமா? அவ கைல அவ்வளவு பணம் இருக்காது. நாங்களும் வீட்டு வேலதான் செஞ்சு ஊருக்கு அனுப்பறோம்” என்று ஜானு நர்ஸிடம் கலங்கினாள்.

ரஷீத் மருத்துவமனையில் ஆதரவு இல்லாமல், பண வசதி இல்லாமல் அவசரச் சிகிச்சைக்கு

வருபவர்களுக்கு ஆகும் எல்லா செலவையும் மருத்துவமனை நிர்வாகமே ஏற்றுக்கொள்ளும். அந்த அடிப்படையில் பூஜா குணமாகும் வரை செலவு பற்றி கவலை வேண்டாம். அவ எப்படியாவது பொழைக்கணும் என்ற வேண்டுதல் நிறைவேறினா போதும்'' என்று மலையாளி நர்ஸ் சொல்லி ஜானுவை சமாதனப்படுத்தி அனுப்பினாள்.

அவர்கள் கண்களில் வழிந்த கண்ணீர் அந்த மருத்துவமனையின் தரையை நனைத்தது. ஜானு தன் அலைபேசி எண்ணை அந்த நர்ஸிடம் கொடுத்துவிட்டு வந்தாள்.

மனசு கேட்காமல், அவள் அண்ணனுக்குப் போன் செய்து விஷயத்தைச் ஜானு சொன்னாள்.

``என்ன சொல்றீங்க? இப்படி ஒரு முடிவை சந்திக்கத்தான் துபாய் போனாளா? என் துரதிஷ்டம் வந்து பார்க்கிற நிலைமையோ, இல்ல அவளை இங்க கூப்பிட்ற இடத்திலயோ இறைவன் என்னை வைக்கல. என்னால ஒன்னும் செய்ய முடியாதும்மா, அவளுக்காக பிராத்திப்பது தவிர வேற ஒன்னும் சொல்லத் தெரியல'' என்று வைத்து விட்டார்.

இப்படித்தான் அவர் பேசுவார் என்று ஜானுவுக்கும் தெரியும், இருந்தாலும் மனசு கேட்காமல் அழைத்தாள். வீடு செல்லும் வழியில் ஜானுவும் வள்ளியும் ஒன்றும் பேசிக்கொள்ளவில்லை. வழியில் கடைக்காரரைப் பார்த்தார்கள்.

டெலிவரிக்கு பின் ஸ்டெல்லா மாமியாருடன் ஊரில் இருந்து ஒத்தாசைக்கு ஒரு பெண் வரப்போவதாக ஜானுவிடம் சொன்னார். வள்ளிக்கு வேலை தேடும் அவகாசம் நெருங்கிக் கொண்டிருந்தது

புரிந்தது. இதற்கிடையில் ஒருமுறை ஏர்போர்ட்டில் க்ளீனிங் வேலைக்கு வந்த அழைப்பை ஜானு வேண்டாம் என்று சொல்லச் சொன்னாள். அதற்கு காரணம் சம்பளம் ஐந்நூரு திர்ஹாம் என்று இருந்தது.

பதைபதைப்பான நாட்கள் நகர்ந்துக் கொண்டிருந்தது. பூஜாவின் உடல்நிலை மேலும் நாட்களை இறுக்கமான சூழ்நிலையில் நிறுத்திக் கொண்டது. ஜானு வெளியே யாரையோ பார்க்கச் சென்றாள். வள்ளி மட்டும் வீடு வந்து சேர்ந்தாள். அவள் கட்டிலில் படுத்துக்கொண்டு பிள்ளைகளை நினைத்துக் கொண்டாள்.

சின்னுவிற்கு அவங்க அம்மா பார்த்த பெண்ணோடு அடுத்த வாரம் நிச்சயதார்த்தம் என்று சின்னு அழுமூஞ்சி முகத்தை வைத்துக்கொண்டு மித்ராவிடம் சொல்லிக்கொண்டிருந்தான்.

"இப்பயும் ஒன்னும் ஆகல சின்னு, அந்த பொண்ணு வீட்ல எப்படியாவது சொல்லிடு, நாம ரெண்டு பேரும் சேர்ந்து இந்த நிலைமையில் இருந்து மீண்டு வரணும்" என்று அவனுக்கும் சேர்த்து சமாதானம் மித்ரா கெஞ்சுவது வழக்கமாகிப் போனது .

ஆனால் ஒவ்வொரு நாளும் சின்னு எந்த முன்னெடுப்புகளும் செய்யாமல் இப்படிப் புலம்புவது வாடிக்கையாகிப் போனது. அப்பொழுதுதான் மித்ராவின் தோழி அனுப்பிய நிச்சயதார்த்த போட்டோ வாட்ஸப்பில் மெதுவாக எட்டிப் பார்த்தது. துடித்துப் போனாள் மித்ரா. சின்னுவைத் திட்டித் தீர்த்தாள். மீண்டும் அவளை ஆசுவாசப்படுத்திக்கொண்டு, சின்னுவிடம் பொறுமையாகப் பேச ஆரம்பித்தாள்.

"அந்தப் பொண்ணும் பாவம் சின்னு, நீ என்ன உயிருக்குயிரா காதலிச்சிட்டு, அவள கல்யாணம் பண்றது துரோகம்னு உங்க அம்மாகிட்ட சொல்லு, பத்து வருஷமா காத்துட்டு இருக்கேன், என்னோட சேர்ந்து என் குடும்பமே காத்துட்டு இருக்கு சின்னு, உங்க அம்மாகிட்ட சொல்லி புரிய வை". சின்னு சோகமான முகத்தை வைத்து கேட்டுக்கொண்டான்.

ஜானுவும் வீடு வந்துசேர்ந்தாள். மித்ராவைப் பார்க்கும்போது சின்னுவின் கன்னத்தில் ஓங்கி அறைய வேண்டும் போல் தோன்றியது. வள்ளி கட்டிலில் கண்களைத் திறந்து விட்டத்தைப் பார்த்துக் கிடந்தாள்.

எதுவும் பேசாமல் ஜானுவும் அமைதியாக அவள் கட்டிலில் உட்கார்ந்தாள். அங்கு இருந்த அமைதியைக் குலைக்க அலைபேசி அழைத்தது.

"ஆரு, அதே, சேச்சி பரயு" என்று ஜானு பேசுவதைக் கேட்டு, வள்ளியும் அவளிடத்தில் வந்தாள்.

"எந்த கர்த்தாவே" என்று அவள் அலறியதைக் கேட்டு மித்ராவும் வள்ளியும் அதிர்ச்சியானார்கள்.

பூஜா தன் இறுதி மூச்சை சுவாசித்தாள் என்று மருத்துவமனையில் இருந்து நர்ஸ் அழைத்து இருந்தாள். ஆஷியாவை அழைத்து மித்ரா பூஜாவைப் பற்றி சொன்னாள்.

அனைவரும் கிளம்பி மருத்துவமனைக்குச் செல்ல குடியிருப்புக்கு கீழ் டாக்சிக்காக காத்துக் கொண்டிருந்தார்கள். அன்று பார்த்த அதே ரோஜா நிறம் கொண்ட டாக்சி போல் ஒன்று வந்து நின்றது. உள்ளே பூஜா அணியும் அதே சீருடை அணிந்து

நைஜீரியா நாட்டுப் பெண் இருந்தாள். "ராஷித் ஹாஸ்பிடல்" என்றாள் ஜானு. வள்ளி அந்த டாக்சி ஓட்டுநரைப் பார்த்துக்கொண்டு கண்களை துடைத்துக்கொண்டு உட்கார்ந்து இருந்தாள்.

பூஜாவும் இப்படித்தானே வண்டி ஓட்டி இருப்பா? ஆக்சிடண்ட் ஆகும்போது இப்படி செத்து போவானு அவ நினச்சுகூட இருக்க மாட்டா" என்ற வள்ளி தனக்குள் முணுமுணுத்து கொண்டாள். மித்ரா வண்டியின் ஜன்னல் வழியாக எதையோ வெறித்துப் பார்த்துக்கொண்டிருந்தாள்.

மருத்துவமனை வாசலில் வண்டி நின்றதும், அனைவரும் ஓடிச்சென்று மலையாளச் செவிலியைப் பார்த்தார்கள்.

ஜானுவின் கைகளை பிடித்து "கரையெண்டா, பூஜா ரொம்ப வலியால் துடிச்சிட்டா, எதையோ சொல்ல என்னை பார்த்தவள் கண்களிலிருந்து கண்ணீர் மட்டும் தான் வந்தது. அப்படியே உயிர் பிரிஞ்சிடுச்சி, ஊருக்கு தெரியப்படுத்துனீங்களா, செலவு செய்து வாங்கிப்பாங்களா? என்று செவிலியர்கள் கேட்க, "யாருமில்லை" என்று ஜானு தலையை ஆட்டினாள். வாழ்க்கையோட, உறவுகளோட போராடி வாழ்ந்தவ இப்படி யாரும் இல்லாத அனாதையா போகணும்னு அவ தல விதில கடவுள் எழுதி இருக்க கூடாது என்று வள்ளி நினைத்து நினைத்துத் தேம்பினாள். இன்னொரு பக்கம் ஆஷியாவும் மித்ராவும் கலங்கி நின்றுகொண்டிருந்தார்கள்.

எவ்வளவு சம்பாரித்து ஊருக்கு அனுப்பினாலும் இங்க அஞ்சு பைசா தனக்கு என்று கைல

வைக்கவில்லை என்றால் அனாதையாகத்தான் போக வேண்டும் என்று ஜானு அவ்வப்போது சொல்வதின் அர்த்தம் வள்ளிக்கு புரிந்தது.

பூஜாவை பார்க்க காத்துக்கொண்டிருந்தவர்களிடம் செவிலி வந்தார். அவர்களை ஒரு அறைக்கு அழைத்துச் செல்ல, வெள்ளை ரோஜாவைப் போல் பூஜா அங்கு இருந்தாள். ஜானு ஒருமுறை அவள் கைகளைத் தொட்டுப் பார்த்து அழுதாள். வள்ளி, ஆஷியா மற்றும் பூஜா விம்மிக்கொண்டு வைத்த கண் வாங்காமல் பூஜாவைப் பார்த்துக் கொண்டிருந்தார்கள்.

அறையை விட்டு அனைவரும் கிளம்பும்போது, பூஜா அணைத்து இருந்த கடிகாரம் ஜானுவிடம் கொடுக்கப்பட்டது. பக்கத்தில் இருக்கும் பஸ் ஸ்டாப்பை தேடி பேருந்துக்காகக் காத்துக் கொண்டிருந்தார்கள்.

எப்படி வீடு வந்தார்கள்? இரவு எப்படி வந்தது? என்று இவர்கள் யாருக்கும் தெரியவில்லை. அறையிலும் நினைவுகளிலும் பூஜா மட்டுமே நிரம்பி இருந்தாள்.

ஜானுவின் அலைபேசி அழைக்க, அமீரக நாட்டு முறைப்படி மருத்துவமனையும் காவல்துறையும் இணைந்து பூஜாவின் இறுதிச்சடங்குகள் முடிந்து விட்டதாகச் செவிலியர் சொன்னார்.

அழுது ஓய்ந்த கண்களோடு இரவைக் கடத்தி, அடுத்த நாள் வேலைக்குச் செல்லத் தயாரானார்கள்.

12

மித்ராவின் அலைபேசிக்கு ஊரில் இருந்த அவள் தங்கை அழைத்திருந்தாள். சின்னுவிற்கு அன்று காலை திருமணம் நடந்துவிட்டதாகச் சொன்னாள். அவள் வெறும் சடலமாக மாறிப்போனாள். நெருப்பில் பட்ட ஈசல் போல துடித்தாள். அவள் வலியின் சத்தம் அழுகையாக வெடித்துக் கொண்டிருந்தது.

வள்ளி அவளை அணைத்துக்கொண்டாள். இழப்பின் வலியைப் போக்கும் சக்தி காலத்தின் கைகளுக்கு மட்டும்தான் உள்ளது என்று உணர்ந்தவளுக்கு ஆசுவாசப்படுத்தத் தெரியவில்லை.

“எதுக்கு நான் உயிர் வாழணும். இப்படி ஏமாந்துட்டேன். எங்க அம்மா அப்பாவுக்கு என்ன சொல்வேன். எப்படி ஏமாத்திட்டானே” என்ற வார்த்தைகளை மட்டும் மீண்டும் மீண்டும் சொல்லி விம்மிக்கொண்டிருந்தாள்.

“அவ்வளவுதான் சின்னு கொடுத்து வைத்தது” என்ற வார்த்தையை மட்டும் தான் வள்ளியால் சொல்ல முடிந்தது.

மித்ரா தலையணைக்குள் முகத்தைப் புதைத்துக்கொண்டு விம்மினாள்.

வள்ளியால் ஒன்றும் செய்ய முடியவில்லை. தன் கட்டிலுக்குள் வந்து உட்கார்ந்தவளுக்கு கத்தி அழவேண்டும் போல் இருந்தது. குழந்தைகள் ஞாபகம் வந்து வதைத்தது. இன்னும் ஒரு மாதம் மட்டும் உள்ள நிலையில் ஏதாவது வேலை

கிடைத்தே ஆக வேண்டும். பல யோசனைகள் அவளைச் சித்திரவதை செய்துகொண்டிருக்க, அதைக் கிழிக்கும் விதத்தில் மித்ராவின் அலைபேசி ஒலித்தது.

புது எண்ணில் இருந்து அழைப்புவர மித்ரா எடுத்தாள்.

மறுமுனையில் கிட்டத்தட்ட இரண்டு வாரங்களுக்குப் பின் சின்னு குரல் கேட்டது. இப்பொழுது அந்தக்குரல் மித்ராவிற்கு மிகவும் அருவருப்பாக இருந்தது.

"போன கட் பண்ணாத மித்ரா, உனக்கு துரோகம் பண்ணிட்டேன்னு மனசு ரொம்ப வலிக்குது, உன் காலடியிலேயே வந்து கெடக்கணும்னு தோனுது" என்று வாய்க்கு வந்ததை எல்லாம் சொல்லிக்கொண்டு இருந்தான்.

"நிறுத்து.. சின்னு போதும்... புடிங்கிப்போட நான் ஒன்னும் கிள்ளு கீரை இல்ல.. நெனச்ச இடத்துல வளக்கரதுக்கு நான் டேபிள் ரோஸும் இல்ல. இனி தயவுசெய்து எனக்கு கால் பண்ணாத, எனக்கு செய்த துரோகத்திற்கு உங்க அம்மா .. காலத்திடம் பதில் சொல்லியே ஆகணும், நீயும்" என்று அழைப்பைத் துண்டித்துவிட்டு சத்தம் எழாது அழுதாள்.

இந்த ஒருநாளை மட்டும் அவள் கடந்துவிட்டால் போதும், ரொம்ப அழுதுவிட்டாள் என்று வள்ளிக்கு தோன்றியது.

வள்ளி பால்கனியில் நின்றுகொண்டிருந்தாள். அவள் கண்களுக்கு புரூஜ் கலீபா என்ற உலகத்திலே உயரமான கட்டிடம் தெரிந்தது. அங்கு இருப்பவர்கள் தங்களைப் போன்ற எந்த போராட்டமும் இன்றி நிம்மதியாக தூங்கிக்கொண்டிருப்பார்களா? என்று

நினைத்தாள். அங்கு வந்துநின்ற ஜானுவைக்கூட அவள் பார்க்கவில்லை.

"எதைப் பற்றியும் ரொம்ப யோசிக்காத வள்ளி, எல்லாத்துக்கும் ஒரு முடிவு வரும்"

"பூஜா இல்லாதது, மித்ராவோட அழுகை, ஆஷியா ஓய்வில்லாம உழைக்கிறது எல்லாம் மனசுக்கு என்னவோ பண்ணுதுக்கா. என் நிலைமையும் என்ன ஆகும் தெரியல. என்ன வாழ்க்கைன்னு சலிப்பு தட்டுது" என்று சொல்லி கண்களை துடைத்தாள்.

"நம்மால் என்ன செய்ய முடியுமோ அதை செய்யணும் வள்ளி. கைக்கு மீறிய எதையும் சரி செய்ய முடியாது. பூஜா வந்ததில் இருந்து என்கூட தான் இருந்தா. ஏன் நம்ம மித்ரா ஏழு வருஷமா என்கூட இருக்கா. என்னால அவளை அப்படி பார்க்க முடில... எல்லாத்தையும் தாண்டிதான் வாழ வேண்டியதா இருக்கு. மித்ராவையாவது மீட்டு எடுக்கணும். உன் பயோ டேட்டா எனக்கு தெரிஞ்ச இடத்துல குடுத்துட்டுதான் இருக்கேன். வா உள்ள போலாம்" என்றாள்.

மித்ராவை அழைத்துக்கொண்டு வள்ளி, ஜானு, ஆஷியா அனைவரும் பக்கத்துல இருக்கிற பார்க்குக்குச் சென்றார்கள். வீட்டுக்குள் இருந்தால் பூஜாவின் நினைவுகள் மேலும் வலியின் அடர்த்தியை அதிகமாக்கிக் கொண்டிருந்தது. மரங்களின் காற்றாவது கொஞ்சம் மனசை இலேசாக்கும் என்று ஜானு நினைத்தாள்.

"நான் இப்ப வரேன்" மித்ரா யாரும் எதிர்பார்க்காத நேரத்தில் சொல்ல, "எங்க போற மித்ரா, நானும் உன்கூட வரேன்" என்றாள் ஜானு.

"இல்ல சேச்சி, வேண்டாம். தோ வந்துடறேன்" பார்க்கில் இருந்து வெளியே போனவள். எங்கு சென்றாள் என்று அவளை எதிர்பார்த்துக் காத்துக்கொண்டிருந்தார்கள்.

சொன்னது போல் கொஞ்ச நேரத்தில் மித்ரா வந்தாள். அவள் கையில் ஒரு பிளாஸ்டிக் பை இருந்தது.

"என்ன எல்லா இப்படி பார்க்கறீங்க!!!! நானும் உங்களை எல்லாம் கஷ்டப்படுத்த விரும்பல. சின்னு அவன் அம்மாவுக்காகவாவது புது பொண்டாட்டியோடு ஜாலியா இருப்பான். நான் இதுக்கு மேல என்ன பலி கொடுக்கத் தயாரா இல்ல. அதான் போய் ஷவர்மா வாங்கிட்டு வந்தேன்" என்று சிரித்தாள்.

ஜானு மித்ராவைக் கட்டி அணைத்துக்கொண்டாள். "இந்த தைரியம் மட்டும் போதும் மித்ரா. நீ நல்லா இருக்கணும் கர்த்தர் அருள் உனக்கு எப்பயும் இருக்கணும்"

ஆஷியா ஒன்றும் சொல்லாமல் மித்ராவின் தலையில் கை வைத்தாள். வள்ளிக்கு வாய் எல்லாம் பல்லாகத் தெரிந்தது.

ஸ்டெல்லாவிடம் இருந்து வள்ளிக்கு போன் வந்தது. "என்ன இன்னைக்கு வெள்ளிக்கிழமை போன் பண்றாங்க" என்றாள் ஜானு.

"தெரில கா, கொஞ்ச வரமுடியுமானு கேட்கறாங்க, நீங்க எல்லாம் பொறுமையா வாங்க. நான் வீட்டுக்கு போய் ஹாண்ட் பேக் எடுத்துட்டு கிளம்பறேன்" என்றாள்.

ஸ்டெல்லா வீட்டிற்கு வள்ளி செல்ல, ஒரு மூத்த பெண் வந்து கதவைத் திறந்தார். "வள்ளியானோ"? என்று கேட்க, 'ஆமாம்' என்று தலையசைத்தாள்.

மேடத்தோட மாமியாராக இருக்கணும். நாளைக்கு வரவேண்டாம் என்று சொல்லிடுவாங்களோ? என்று யோசனையோடு உள்ளே சென்றாள்.

"வா வள்ளி, இவங்க சாரோட அம்மா, இங்க மூணு மாசம் இருப்பாங்க. சாரி லீவ் அன்னைக்கு கூப்பிட்டுட்டேன். சமையல் வேல மட்டும் செய்ய முடியுமா?".

"பரவாயில்ல மேடம். இப்ப செய்ய ஆரம்பிக்கிறேன்". என்று சொல்லி அடுப்பங்கரைக்குள் நுழைந்து வேலையை ஆரபித்தாள். நினைவு முழுக்க ஒரு படபடப்பு இருந்தது. நாளைக்கு வரவேண்டாம்னு சொல்லிட்டா என்ன செய்வேன். ஏஜெண்டுக்கு கொடுத்த காசையாவது கொண்டு போகணும். என் புள்ளைங்க நிலம... இப்படி அவள் உள்ளுக்குள் குழம்பிக் கொண்டிருந்தாள்.

வேலையை முடித்துக் கிளம்பும்போது ஸ்டெல்லா வள்ளியிடம் நூறு திர்ஹாம் கொடுத்தாள்.

"ஐயோ எதுக்கு மேடம் இவ்வளோ காசு? என் வேலையதான செஞ்சேன்".

ஸ்டெல்லாவின் மாமியார் வள்ளியின் கைகளில் கொடுக்க, எதுவும் சொல்லாமல் வாங்கிக்கொண்டாள்.

எப்படி மெட்ரோ ஏறினாள், வீடு வந்தாள் என்று எதுவும் வள்ளிக்கு தெரியவில்லை. நாளைக்கு வேண்டாம்னு சொல்லிடுவாங்களா? என்ற கேள்வி மட்டும் விட்ட பாடில்லை.

வீடு வந்தவளுக்கு இறுக்கம் கொஞ்சம் இளைத்தது போல் இருந்தது. இப்ப போய் நாளைக்கு தன் வேலைக்கு கடைசி நாளாகக்கூட இருக்கலாம் என்று சொல்ல தயக்கமாக இருந்தது.

"வள்ளி, எமிரேட்ஸ் ஏரோபிளேன் கம்பெனில நாளைக்கு ஆபிஸ் கேர்ள் ஆள் எடுக்கறங்காளாம். கடைக்காரர் போன் பண்ணார்".

"அப்படியாக்கா, ஸ்டெல்லா மேடம் மாமியார் வந்து இருக்காங்க. நாளைக்கு என்ன வரவேண்டாம்னு சொன்னா கூட சொல்லுவாங்க. ஒன்னும் புரியல கா".

"அப்ப கண்டிப்பா இண்டர்வியூ போ. என்ன, இரண்டாயிரம் எல்லாம் கிடைக்காது ஆயிரம் இல்ல, அதவிட கொஞ்சம் அதிகமா கிடைக்க வாய்ப்புண்டு. நீ எப்படியாவது மெட்ரோ எடுத்து போய்ட்டுவா, நாளைக்கு பஞ்சாபி வீட்டு வேல இருக்கு ".

இவர்கள் பேசுவதைக் கேட்டு படுத்துக்கொண்டிருந்த மித்ரா, "நான் வள்ளியை கூட்டிட்டு போறேன்" என்றாள். வேலைக்கு போகாமல் பத்து நாளாக வீட்டில் இருந்த மித்ரா சொன்னது ஜானுவுக்குச் சந்தோஷமாக இருந்தது.

மறுநாள் வேலைக்குப் போன வள்ளியிடம், "வீட்டுக்கு போறதுக்கு முன்னாடி உன்கிட்ட பேசணும் வள்ளி, நான் சும்மா பெட்ல கிடக்கறேன், வந்து பார்த்துட்டு போ" என்று சொல்லி பெட்ரூமிற்குள் சென்றாள் ஸ்டெல்லா.

"அய்யனாரே, ஒரு வழி காட்டுப்பா, கம்மியான சம்பளம் இருந்தாலும் பரவா இல்ல, எனக்கு ஒரு வேல வேண்டும்" அங்கு தொங்கிக்கொண்டிருந்த இயேசு படத்தைப் பார்த்து மனதில் பேசிக்கொண்டாள்.

வேலை முடித்துப் போவதற்கு முன் உள்ளே செல்ல, ஸ்டெல்லாவும் அவள் மாமியாரும் மலையாளத்தில் பேசிக்கொண்டிருந்தார்கள்.

நஸீமா ரசாக் • 99

“வள்ளி, உன்னப்பத்தி நானும் சாரும் அம்மாகிட்ட சொல்லி இருக்கோம், எங்களுக்கு உன்ன போல யாரும் கிடைக்க மாட்டாங்க, நீ இங்கவே வேல செய்வியா?? யோசிச்சு சொல்லு. சார் விசா எடுத்துடுவார்” என்றாள் ஸ்டெல்லா.

“மேடம் உங்களைப் போன்றவர்கள் இருக்கிறதாலதான் மனுஷங்க மேலயும், வாழ்க்கை மேலயும் இருக்கும் நம்பிக்கை இன்னும் காயாம இருக்கு, கண்டிப்பா யோசித்து சொல்றேன் மேம்” என்று சின்னப் புன்னகையோடு கிளம்பினாள்.

வள்ளிக்கு முன் ஜானு ஸ்டேஷனில் காத்துக்கொண்டிருந்தாள். ஸ்டெல்லா சொன்னதைச் சொன்னாள்.

“நீ என்ன சொன்ன வள்ளி?”

“ஒன்னும் புரியல அக்கா... அவங்க பெரிய மனசுதான் தெரிஞ்சது கா”

“அப்படி இல்ல வள்ளி, நீ அவங்கள அவ்வளவு நல்லா பாத்துகிட்டே, அதனாலதான் சொல்லி இருக்காங்க, ரெண்டாயிரம் ஆபிஸ்ல கிடைக்காது. ஸ்டெல்லா மேடம் ரெண்டு வருஷத்துக்கு விசா எடுத்துதான் ஆகணும். வீட்டு வேலைனு பார்க்காத, பசங்க வாழ்க்கை நல்லா இருக்கும். யோசித்து முடிவெடு”.

“யோசிக்க ஒன்னும் இல்லக்கா, ரெண்டு வருஷத்துக்கு வேல இருக்கும், விசா தொல்லையும் இல்ல, வீட்டுக்கு போய் முதல்ல ஸ்டெல்லா மேடம்க்கு போன் பண்ணிடலாம்”.

இப்படி அவர்கள் பேசிக்கொண்டு இரயிலுக்காகக் காத்துக்கொண்டிருந்தார்கள். எப்பொழுதாவது துபாய்

அரசாங்கம் அங்கு இயங்கிக்கொண்டிருக்கும் இரயில்கள் மீது அழகான ஓவியங்களை வரைவது வழக்கம். அன்று பாலைவனத்தில் பூக்கும் பூக்களை அடர்த்தியான நிறத்தில் பெரிது பெரிதான ஓவியங்களை ஏந்தி பேரழகுடன் வந்து நின்றது இரயில்.

வள்ளி இரயிலுக்குள் ஏறும்போது அங்கு இருந்த பெண்கள் அனைவருமே பாலைவனப் பூக்களாக தெரிந்தார்கள். சட்டென்று அதைக் குறிக்கும் மராம்பு என்ற சொல் நினைவுக்கு வர மெலிதாகப் புன்னகைத்துக் கொண்டாள்.

இரயிலில் இருந்து இறங்கி கடையை நெருங்கிக்கொண்டிருந்தார்கள். எப்பொழுதையும்விட அதிகமான மக்கள் பொருட்கள் வாங்க நின்று கொண்டிருந்தனர். கடைக்காரரிடம் பேச இருவரும் காத்துக்கொண்டிருந்தும் பயனில்லை என்று ரூமை அடைந்தார்கள்.

ஆஷியா தன் கணவருடன் பேசிக்கொண்டிருப்பது வள்ளி கண்களில் பட, அப்பொழுது அந்த அதிசியம் அவள் கண்களுக்கும் தெரிந்தது. ஆஷியாவின் கணவனின் கண்கள் மெல்லத் திறந்தது. அவள் சந்தோசம் பூக்கும் பூவின் மணத்தைப் போல அந்த இடத்தை நிரப்பியது.

ஸ்டெல்லாவிற்கு முதலில் போன் செய்து வள்ளி நன்றி சொன்னாள். மித்ராவும் ஆஷியாவும் வள்ளிக்காக சந்தோஷமானார்கள்.

"அக்கா பசங்க கிட்ட வீடியோ கால் பேசுற மாதிரி போன் வேண்டும்" யோசித்தபடியே பேசினாள் வள்ளி.

“அடிபொலி நாளைக்கு கடைக்கு போய் நன்னாயிட்டு போன் ஒன்னு வாங்கி வாட்சப்ல குட்டிகளோடு பேசிடலாம்” சந்தோஷத்தால் ஜானுவின் குரல் உற்சாகமாக வந்தது.

இவர்கள் பேசிக்கொண்டிருக்கும் போது, காலிங் பெல் ஒலிக்க, யாராயிருக்கும் என்ற யோசனையோடு வள்ளி கதவைத் திறந்தாள்.

கனவுகளை மூட்டையாய் கட்டிக்கொண்டு பெண்ணொருத்தி பெட்டியும் கையுமாக நின்று கொண்டிருந்தாள். இரண்டு மாதங்களுக்கு முற்பட்ட வள்ளியின் இன்னொரு பிரதி பிம்பமாக அது அவளுக்குத் தெரிந்தது.

• • •